NĂM MƯƠI NĂM PHÁT TRIỂN
PHẬT GIÁO VIỆT NAM TẠI CALIFORNIA

Thích Từ Lực
& Tâm Huy Huỳnh Kim Quang
Dịch Anh: Nguyên Giác Phan Tấn Hải

NĂM MƯƠI NĂM PHÁT TRIỂN PHẬT GIÁO VIỆT NAM TẠI CALIFORNIA

FIFTY YEARS OF THE DEVELOPMENT OF VIETNAMESE BUDDHISM IN CALIFORNIA

PHẬT VIỆT TÙNG THƯ

NĂM MƯƠI NĂM PHÁT TRIỂN
PHẬT GIÁO VIỆT NAM TẠI CALIFORNIA

Fifty years of the development of Vietnamese Buddhism in California

Tác giả: Thích Từ Lực và Tâm Huy Huỳnh Kim Quang
Dịch sang tiếng Anh: Nguyên Giác Phan Tấn Hải

Trình bày: Nhuận Pháp
Thiết kế bìa: Uyên Nguyên

ISBN: 979-8-3492-0287-2

MỤC LỤC

Dẫn nhập ... 7

Kiến lập chùa và các tổ chức ... 11

Tu học và Hoằng Pháp ... 21

Văn hóa và Giáo dục ... 31

Sinh hoạt của tổ chức GĐPT Việt Nam ... 45

Năm mươi năm nhìn lại để đi tới… ... 49

Kết luận ... 63

Introduction ... 69

Establishment of temples and organizations ... 73

To study, practice, and Propagate Dharma ... 83

Culture and Education ... 93

Activities of the Vietnamese Buddhist Youth Association ... 107

Reviewing Fifty Years to Move Forward… ... 111

Conclusion ... 125

I

DẪN NHẬP

Năm 2025 đánh dấu 50 năm (1975-2025) người Việt tị nạn Cộng Sản đã từ bỏ quê hương Việt Nam để tìm đến vùng đất tự do của Hoa Kỳ. Trong số khoảng từ 125,000 đến 130,000 người Việt tị nạn đầu tiên đến Mỹ ngay sau ngày 30 tháng 4 năm 1975 có nhiều tu sĩ Phật Giáo.[1]

Một trong những tiểu bang của Mỹ mà người Việt tị nạn đầu tiên đặt chân đến là California, hay nói chính xác là Căn Cứ Thủy Quân Lục Chiến Hoa Kỳ Pendleton (Marine Corps Base Camp Pendleton), nằm trong địa hạt Quận San Diego ở miền Nam California. Chính những người Việt tị nạn đầu tiên ở đây là những nhân tố hình thành cộng đồng người Việt tị nạn tại California sau này.

---

1 Theo https://en.wikipedia.org/wiki/Vietnamese_Americans

Tính tới năm 2023, có 2.4 triệu người Mỹ gốc Việt sống tại Hoa Kỳ, theo Văn Phòng Thống Kê Dân Số Hoa Kỳ[1] cho biết. Trong số này, gần 60% người Việt tị nạn sinh ở Việt Nam và 40% sinh tại Mỹ. Khoảng 38% tổng số người Việt tị nạn ở Mỹ sống tại California. Tiếp theo là Texas, với 14%. Nơi tập trung người Việt tị nạn đông nhất là tại Quận Cam, Quận Santa Clara (Bắc California) và Quận Los Angeles trong tiểu bang California. Như vậy, tổng số người Việt sinh sống tại California là khoảng 912,000 (38% của 2.4 triệu người).

Theo Trung Tâm Nghiên Cứu Pew[2] thì số người Việt tị nạn xác nhận là Phật tử chiếm 37% tổng số người Việt tị nạn tại Mỹ. Như thế, số Phật tử trong cộng đồng người Việt tị nạn ở Mỹ là khoảng 888,000 và số Phật tử trong cộng đồng người Việt tại tiểu bang California là khoảng 337,440 người. Tuy nhiên, những con số vừa nêu ra ở trên không phải là hoàn toàn chính xác. Lý do là vì các thống kê ở trên được thực hiện vào năm 2023, nên các số lượng đó đã không còn đúng hoàn toàn với thời điểm hiện nay là gần giữa năm 2025. Mặc dù vậy những con số đó cũng cho chúng ta một cái nhìn khái quát về tổng

---

[1] Jeanne Batalova, "Vietnamese Immigrants in the United States," ngày 10 tháng 10 năm 2023, www.migrationpolicy.org: "*Người Việt Nam ly hương sống tại Hoa Kỳ có tổng cộng gần 2.4 triệu người gồm những người sinh tại Việt Nam hay có tổ tiên hay chủng tộc là người Việt Nam, theo thống kê năm 2021 của American Community Survey (ACS).*"

[2] Besheer Mohamed and Michael Rotolo, "Religion Among Asian Americans," ngày 11 tháng 10 năm 2023, Pew Research Center.

dân số người Việt và người Việt theo Đạo Phật ở Mỹ cũng như ở California.

Theo thời gian, từ sau ngày 30 tháng 4 năm 1975 đến nay, số lượng Tăng, Ni đến định cư ở Mỹ ngày càng đông, theo diện vượt biển và vượt biên tị nạn Cộng Sản (từ 1975 đến 1989), theo Chương Trình Ra Đi Trật Tự (Orderly Departure Program - ODP) và Chiến Dịch Nhân Đạo (The Humanitarian Operation - HO) (từ 1980 đến 1997), hay theo diện hỗ trợ sinh hoạt tôn giáo được các chùa, các tổ chức Phật Giáo ở Mỹ bảo lãnh kể từ đầu những năm đầu thiên niên kỷ thứ 3. Các vị Tăng, Ni này định cư ở Mỹ dù thuộc diện nào thì đều mang theo mình sứ mệnh hoằng dương Chánh Pháp của Đức Phật, duy trì và phát huy truyền thống văn hóa của Dân Tộc và Phật Giáo Việt Nam tại xứ người. Đây là động lực chính hình thành các cộng đồng Phật Giáo Việt Nam ở Mỹ trải dài nửa thế kỷ qua.

Nếu so với nền văn hiến hơn 4,000 năm của giống nòi Lạc Việt thì nửa thế kỷ chỉ là một khoảng thời gian rất ngắn. Nhưng nếu so với gần hai trăm năm mươi năm lập quốc của Hoa Kỳ thì nửa thế kỷ đã chiếm 1/5 khoảng thời gian đó. Hay nói cách khác, nửa thế kỷ có mặt của cộng đồng Phật Giáo Việt Nam ở Mỹ nói chung và ở California nói riêng là khoảng thời gian dài đủ để chúng ta có thể nhìn lại những thành quả đã đạt được và từ đó dự phóng con đường tương lai.

Khóa tu học Phật pháp Bắc Mỹ lần thứ 9, PL. 2563
(từ ngày 25-29/7/2019)
Ảnh: Võ Văn Tường

II

KIẾN LẬP CHÙA VÀ CÁC TỔ CHỨC

Muốn hoằng dương Chánh Pháp tại xứ người thì một trong những điều kiện cần thiết trước nhất là phải có cơ sở, hay chùa. Chùa theo truyền thống Phật Giáo Việt Nam được gọi là ngôi Tam Bảo (Phật, Pháp và Tăng), tức là nơi để thờ Phật, để lưu hành Giáo Pháp của Phật, và để chư Tăng, Ni cư trú để diễn giảng và hướng dẫn Phật tử tu học Phật Pháp.

Khi vượt biển, vượt biên đi tìm tự do và được định cư tại Mỹ, chư Tăng, Ni cũng giống như mọi người Việt tị nạn khác không mang theo được gì ngoài hai bàn tay trắng. Vì thế, việc khởi sự xây dựng một ngôi chùa trong giai đoạn đầu mới định cư là điều vô cùng khó khăn. Sự khó khăn xây dựng ngôi chùa gồm nhiều mặt: trước hết là tài chánh và thứ đến là pháp lý hay giấy phép của chính quyền địa phương cho phép thành lập một cơ sở sinh hoạt tôn giáo. Đây chính là lý do tại sao hầu hết chư

Tăng, Ni đều khởi đầu việc lập chùa bằng cách thuê mướn hay mua một căn nhà làm nơi cư trú rồi sau đó lần hồi mới tiến tới việc vận động tài chánh và xin giấy phép được lập chùa. Tuy nhiên, cả hai việc đó đều không phải diễn ra theo ước nguyện của quý Thầy, Cô mà thường xuyên bị trở ngại. Chướng duyên lớn nhất là có được giấy phép xây chùa hay biến cơ sở đã mua thành nơi sinh hoạt tôn giáo chính thức, mà thường được gọi là 'cải gia vi tự'.

Chỉ đơn cử một vài điều như vậy để thấy rằng chư Tăng, Ni đến Mỹ trong giai đoạn đầu với tư cách là người tị nạn đã phải hy sinh rất nhiều, từ tâm lực, trí lực, sức lực đến tài lực để có thể tạo dựng một ngôi chùa tương đối vừa đủ để thực hiện chí nguyện hoằng dương Chánh Pháp ở Mỹ.

Theo Gary Laderman và Luis D. León,[1] và Charles S. Prebish[2] thì tính tới năm 2003 ở Mỹ đã có khoảng 165 ngôi chùa Việt. Nhưng một tài liệu khác từ The Association of Religion Data Archives (ARDA),[3] thì ở Mỹ tính tới năm 2000 đã có khoảng 270 ngôi chùa Việt. Theo Thầy Thích Quang Minh trong luận án Tiến sĩ "Vietnamese Buddhist In America" trình tại Đại Học Florida State University năm 2007, tính tới năm 2005 có

---

1 Gary Laderman và Luis D. León, "Religion and American cultures," 2003.

2 Charles S. Prebish, "Buddhism—the American Experience," 2003.

3 "Vietnamese Buddhists Come to United States - Timeline Event," The Association of Religion Data Archives (ARDA), https://sandbox.thearda.com.

khoảng 279 trung tâm Phật giáo Việt Nam tại Hoa Kỳ.[1] Theo danh sách chùa Việt Nam tại Mỹ được liệt kê trong Lịch Âm Dương Đối Chiếu do tổ đình Minh Đăng Quang tại thành phố Westminster, miền Nam California phát hành vào năm 2012 thì có khoảng 337 ngôi chùa Việt trên khắp nước Mỹ. Dĩ nhiên, cho đến nay, năm 2025, thì con số này ắt phải khác đi nhiều, vì trong mười mấy năm qua số lượng chùa được xây dựng ở Mỹ đã gia tăng đáng kể, mặc dù chúng tôi không có số liệu thống kê nào để đưa ra một con số chính xác.

Tại miền Bắc California, thăm dò sơ khởi cho thấy có khoảng 77 ngôi chùa tính tới năm 2025. Số lượng chùa ở miền Nam California chắc chắn phải nhiều hơn miền Bắc, vì dân số người Việt và Phật tử Việt sống tập trung ở đây đông hơn bất cứ nơi nào tại Mỹ. Theo tài liệu được đăng trên trang mạng Hoa Vô Ưu (www.hoavouu.com) của Thượng Tọa Thích Hạnh Tuệ thì tính tới năm 2010 ở Nam California có khoảng 80 ngôi chùa. Số liệu này phù hợp với số chùa Việt Nam tại miền Nam California được đăng trên trang mạng www.yelp.com mà trong đó tính tới năm 2025 có khoảng 80 ngôi chùa. Tuy nhiên, trên thực tế mà chúng tôi biết thì có ít nhất 20 ngôi chùa không thấy liệt kê trong số liệu của hai trang mạng trên. Như vậy, chúng ta có thể phỏng đoán tại miền Nam California có ít nhất 100 ngôi chùa. Nếu tính chung số chùa ở Nam và Bắc California thì chúng ta có thể dự đoán con số ít nhất 180 ngôi chùa Việt trên toàn tiểu bang California.

---

1 Trần Quang Thuận, "Phật Giáo Mỹ," Tập I, Trung Tâm Học Liệu Phật Giáo, California, Hoa Kỳ, 2000.

Trước khi người Việt tị nạn đến định cư ở Mỹ, một vị tu sĩ Phật Giáo người Việt Nam đã có mặt ở đây để dạy tại Đại Học University of California in Los Angeles (UCLA) và hoằng dương Phật Pháp là Cố Hòa Thượng Thích Thiên Ân (1925-1980). Ngài là vị Tăng sĩ Việt Nam đầu tiên lập chùa và xây dựng cơ sở Phật Giáo tại Hoa Kỳ. HT Thích Thiên Ân đã lập Chùa Việt Nam tại Los Angeles vào năm 1976. Ngài cũng đã lập Trung Tâm Thiền Phật Giáo Quốc Tế [Trung Tâm Thiền Phật Giáo Quốc Tế] (International Buddhist Meditation Center [IBMC]) vào năm 1970. Tháng 10 năm 1973, Hòa thượng Thích Thiên Ân mở Đại Học Đông Phương (University of Oriental Studies) để dạy triết học Đông Phương và Phật Học cho các sinh viên Mỹ, theo Giáo Sư Trần Quang Thuận trong "Phật Giáo Mỹ." Theo Ni Sư Thích Nữ Như Ngọc cho biết rằng HT Thích Thiên Ân cũng đã lập Chùa A Di Đà vào năm 1976 tại thành phố Los Angeles và ngài cũng là vị trú trì của ngôi chùa Ni đầu tiên tại Mỹ này cho đến khi viên tịch vào năm 1980. HT Thích Mãn Giác đã kế vị trú trì Chùa A Di Đà cho đến năm 1992 thì cho dời chùa về thành phố Westminster và giao cho Ni Sư Thích Nữ Như Ngọc làm trú trì.

Trong số những người Việt tị nạn đầu tiên đến Mỹ ngay sau ngày 30 tháng 4 năm 1975 có các vị Tăng Ni Phật Giáo Việt Nam, gồm Hòa Thượng Thích Thanh Cát, HT. Thích Thanh Đạm, Hòa Thượng Bồ Đề, Hòa Thượng Tường Vân, Ni sư Thích Nữ Như Chánh.

Tại miền Bắc California, trong năm 1976, HT Thích Thanh Cát đã lập Chùa Giác Minh tại thành phố Palo Alto. Đây có lẽ là ngôi chùa Phật Giáo Việt Nam đầu tiên được tạo dựng tại miền

Bắc California. Vào năm 1977, Chùa Kim Quang được một số Phật Tử thành lập tại thành phố Sacramento dưới sự lãnh đạo tinh thần của HT Thích Tịnh Từ. Những ngôi chùa được xây dựng vào đầu thập niên 1980s, gồm Chùa Đức Viên của Sư Bà Đàm Lựu tại thành phố San Jose được lập vào năm 1980, Pháp Duyên Tịnh Xá của HT Thích Giác Lượng tại thành phố San Jose được lập vào năm 1982, Chùa Diệu Quang của Sư Bà Thích Nữ Diệu Từ tại thành phố Sacramento được lập vào năm 1982, và Tu Viện Kim Sơn của HT Thích Tịnh Từ tại thành phố Watsonville được lập vào năm 1983.

Tại miền Nam California, Chùa Vĩnh Nghiêm được HT Thích Minh Thông thành lập vào năm 1976 tại thành phố Pomona. Tuy nhiên, ngôi chùa Việt Nam đầu tiên được tạo dựng ngay giữa trung tâm cộng đồng người Việt tị nạn tại thành phố Santa Ana là Chùa Trúc Lâm Yên Tử vào đầu năm 1978. Theo HT Thích Minh Nguyện,[1] Chùa này cho đến nay đã trải qua 4 đời trú trì: HT Thích Lương Sơn, HT Thích Tường Vân, HT Thích Trí Viên, và HT Thích Minh Nguyện (từ năm 1986 đến nay 2025). Kế đến là Tổ Đình Tịnh Xá Minh Đăng Quang do HT Thích Giác Nhiên thành lập vào năm 1978 tại thành phố Westsminster. Nằm ở cực Nam của tiểu bang California là thành phố San Diego có Chùa Vạn Hạnh được HT Thích Trí Chơn thành lập vào năm 1978. Những ngôi chùa được thành lập vào năm 1982 gồm: Chùa Huệ Quang của HT Thích Minh Mẫn tại thành phố Santa Ana, Tu Viện Hoa Nghiêm của HT

---

1 Bình Sa, "Chùa Trúc Lâm Yên Tử, Ngôi Chùa Đầu Tiên Của Người Việt Tỵ Nạn Tại Quận Cam," www.vietbao.com.

Thích Pháp Tánh tại thành phố Santa Ana, Chùa Dược Sư của Sư Bà Thích Nữ Như Hòa tại thành phố Garden Grove.

Ngoài ra, vào năm 2000, Thiền Sư Nhất Hạnh cùng Tăng thân Làng Mai thành lập Tu Viện Lộc Uyển (Deer Park Monastery) ở Thành Phố Escondido Nam California, nơi mà Thiền Sư Nhất Hạnh cùng Tăng thân Làng Mai ươm mầm cho sự thực tập chánh niệm trên đất Mỹ, tiếp nối dòng chảy của tuệ giác và từ bi trong đời sống hiện đại. Theo Wikipedia, "Tu Viện Lộc Uyển là một tu viện Phật giáo rộng 400 mẫu Anh (1,6 km^2) tọa lạc tại Escondido, California. Tu viện được thành lập vào tháng 7 năm 2000 bởi Thiền Sư Thích Nhất Hạnh, cùng với chư Tăng, Ni và các cư sĩ thuộc Truyền thống Làng Mai. Tu viện hoạt động dưới sự hướng dẫn trực tiếp của Thiền Sư Thích Nhất Hạnh và Dòng Tu Tiếp Hiện, trong truyền thống Thiền tông Việt Nam."[1]

Trên đây chúng tôi chỉ nêu ra một số chùa được thành lập trong những năm đầu định cư của cộng đồng PGVN tại hai miền Nam và Bắc California. Trong những năm sau này còn có rất nhiều chùa được thành lập mà chúng tôi không thể nêu ra hết trong bài viết ngắn này.

Ngoài việc xây dựng cơ sở và kiến tạo các ngôi chùa để làm nơi tu học và hành đạo, chư tôn đức Tăng, Ni thuộc thế hệ thứ nhất định cư tại Mỹ đã thành lập các tổ chức giáo hội để cùng nhau phối hợp trong công tác Phật sự hoằng dương Chánh

---

1 Xem Deer Park Monastery https://en.wikipedia.org/wiki/Deer_Park_Monastery.

Pháp, duy trì và phát huy truyền thống văn hóa dân tộc và Phật Giáo Việt Nam tại xứ người.

Về tổ chức, thì Hội Ái Hữu Phật Giáo Việt Nam tại Hoa Kỳ do HT Thích Thiên Ân thành lập vào năm 1976 tại thành phố Los Angeles là sớm nhất. Tổ chức này sau đó đã đổi thành Hội Liên Hữu Phật giáo Việt Nam Tại Hoa Kỳ (Vietnamese Buddhist Fellowship in the United States). Vào tháng 12 năm 1978, Tổng Hội Phật giáo Việt Nam tại Hoa Kỳ (Vietnamese United Buddhist Church) ra đời mà HT Thích Thiên Ân là Chủ Tịch Hội Đồng Lãnh Đạo, HT. Thích Mãn Giác làm chủ tịch Hội Đồng Điều Hành, và GS Trần Quang Thuận làm Tổng Thư Ký, theo GS Trần Quang Thuận trong "Phật Giáo Mỹ." Giáo Hội Phật Giáo Tăng Già Khất Sĩ Thế Giới (International Sangha Bhikshu Buddhist Association) được thành lập vào năm 1978 do Hòa Thượng Thích Giác Nhiên làm Pháp Chủ. Trong thập niên 1980s, Giáo Hội Phật Giáo Việt Nam Thống Nhất (Unified Buddhist Church of Vietnam) được thành lập, với sự lãnh đạo của quý HT Thích Đức Niệm, HT Thích Trí Chơn, v.v... Năm 1983 để điều hợp Phật sự tại hải ngoại, Hội Đồng Lãnh Đạo Giáo Hội Phật Giáo Việt Nam Thống Nhất Hải Ngoại (Leadership Council of the Unified Vietnamese Buddhist Church Overseas) ra đời, với chư vị Hòa Thượng là những vị Giáo Phẩm cao cấp của GHPGVNTN trong nước đi tị nạn như HT Thích Tâm Châu, HT Thích Tắc Phước, HT Thích Mãn Giác, HT Thích Thiền Định, HT Thích Hộ Giác, HT Thích Huyền Vi, v.v... Năm 1984, HT Thích Tâm Châu thành lập Giáo Hội Phật Giáo Việt Nam Trên Thế Giới (Vietnamese World Buddhist Order). Giáo Hội Phật Giáo Liên Tông Tại Hoa Kỳ (Inter-Sect Buddhist

Church in the United States) ra đời vào năm 1991 với sự lãnh đạo của HT Thích Thanh Cát, HT Thích Chơn Thành, v.v…

Tháng 9 năm 1991, Trưởng Lão Hòa Thượng Thích Đôn Hậu, Chánh Thư Ký Xử Lý Thường Vụ Viện Tăng Thống GHPGVNTN từ trong nước đã gửi Tâm Thư kêu gọi chư tôn đức Tăng, Ni tại hải ngoại hãy vì tiền đồ của GHPGVNTN trong và ngoài nước mà gác bỏ mọi dị biệt để cùng nhau ngồi lại trong tinh thần tương thuận, tương kính, tương giáo, tương sám như Luật dạy thành lập GHPGVNTN Hải Ngoại. Đáp lời kêu gọi của Tâm Thư của Trưởng Lão Hòa Thượng Thích Đôn Hậu, chư tôn đức Tăng, Ni tại Hoa Kỳ đã vận động và tổ chức Đại Hội Thành Lập Giáo Hội Phật Giáo Việt Nam Thống Nhất Hải Ngoại Tại Hoa Kỳ vào tháng 9 năm 1992 tại thành phố San Jose, miền Bắc California. GHPGVNTNHN/Hoa Kỳ do HT Thích Hộ Giác lãnh đạo Hội Đồng Điều Hành, HT Thích Đức Niệm lãnh đạo Hội Đồng Đại Diện mà sau này đổi thành Hội Đồng Giáo Phẩm, HT Thích Thiện Trì lãnh đạo Hội Đồng Giám Luật, và HT Thích Phước Thuận lãnh đạo Hội Đồng Giám Sát.

Đến năm 2008 thì Giáo Hội Phật Giáo Việt Nam Thống Nhất Hoa Kỳ (Vietnamese American United Buddhist Congregation) ra đời do HT Thích Trí Chơn lãnh đạo Hội Đồng Điều Hành và HT Thích Thắng Hoan lãnh đạo Hội Đồng Giám Phẩm. Tăng Đoàn GHPGVNTN Hải Ngoại (The Overseas Vietnamese Unified Buddhist Sangha) được ra đời vào năm 2014 do HT Thích Viên Lý làm Chủ Tịch Hội Đồng Điều Hành, v.v…

Ngoài ra còn có các Hội Phật Giáo tại các địa phương, các tổ chức Gia Đình Phật Tử Việt Nam tại Hoa Kỳ, các tổ chức

Cư Sĩ Phật Tử, các đạo tràng từng Chùa trên toàn tiểu bang California. Chẳng hạn, Tổng Hội Cư Sĩ Phật Giáo Việt Nam Tại Hoa Kỳ (The General Association Of Vietnamese Buddhist Laypersons) do cư sĩ Quảng Phước Huỳnh Tấn Lê thành lập vào đầu thập niên 1990s, Hội Cư Sĩ Orange County do cư sĩ Nguyên Lượng thành lập, Hội Phật Học Đuốc Tuệ do cư sĩ Mật Nghiêm Đặng Nguyên Phả thành lập vào năm 2003, v.v…

Khóa An Cư Kiết Hạ, PL 2563
Chùa Phật Đà & Như Lai Thiền Tự, San Diego, Hoa Kỳ
(từ ngày 16-26/6/2019)
Ảnh: Võ Văn Tường

III

TU HỌC VÀ HOẰNG PHÁP

Tu học và hoằng pháp là tâm nguyện chí cốt của mọi người con Phật, xuất gia và tại gia. Nếu không học và tu theo giới luật và giáo pháp mà Đức Phật đã dạy thì không phải là người Phật tử thật sự. Đã tự thân chứng nghiệm được sự mầu nhiệm của Phật Pháp trong việc chữa lành bệnh khổ cho thân tâm mình mà không đem diệu dược ấy lưu bố trong nhân gian để cứu khổ cho muôn loài thì cũng không xứng danh là đệ tử của đấng Lưỡng Túc Tôn.

Tu có thể thực hành ngay trong đời sống tại gia của người cư sĩ. Tất nhiên, để trở thành một người Phật tử tại gia đúng nghĩa thì điều thiết yếu là phải quy y Tam Bảo (Phật, Pháp, Tăng) và thọ lãnh năm giới (ngũ giới: không sát sanh, không trộm cắp, không tà dâm, không nói dối và không uống rượu). Ngoài việc quy y Tam Bảo và thọ trì năm giới, người Phật tử tại gia còn phải học giáo pháp mà Đức Phật đã dạy hiện được kết tập và phiên dịch trong Tam Tạng Giáo Điển Phật Giáo (Kinh, Luật và Luận). Quy y Tam Bảo để phát khởi chánh tín. Giữ gìn năm giới để kiểm thúc ba nghiệp (thân, khẩu, ý) không suy nghĩ, nói và làm điều bất thiện. Học Phật Pháp để phát huy trí tuệ hầu có thể xóa tan bóng tối vô minh trong tâm thức và giác ngộ nguồn cội của các pháp.

Tu cũng có thể thực hiện trong đời sống xuất gia của một tu sĩ. Đời sống xuất gia sẽ giúp cho người tu không vướng bận những việc gia đình thế gian và có thể tập trung toàn lực vào việc tu tập để đạt được giải thoát ngay trong đời này. Xuất gia không phải chỉ khoác lên mình y phục của nhà tu là đủ. Xuất gia đòi hỏi phải trải qua quá trình học tập và hướng dẫn bởi một vị thầy có đủ giới hạnh và trí tuệ. Từ vị thầy này mà người xuất gia ban đầu có thể được phép thọ trì giới luật để chính thức trở thành người xuất gia trong phẩm vị sa-di (lãnh thọ 10 giới) và sau đó là tỳ-kheo (lãnh thọ 250 giới với người nam và 348 giới với người nữ theo truyền thống Bắc truyền). Người chưa thọ trì Tỳ-kheo giới thì cho dù mặc y phục của tu sĩ vẫn chưa phải là thành viên của Tăng già theo truyền thống mà Đức Phật đã thiết lập. Ngoài thọ trì giới luật, người xuất gia còn phải học Kinh, Luật và Luận sâu rộng để tự mình ứng dụng vào việc tu tập hàng ngày và có thể giảng dạy và hướng dẫn cho người khác cùng tu học Phật Pháp.

Trong cộng đồng người Việt tị nạn tại Hoa Kỳ nói chung và tại tiểu bang California nói riêng, số người phát tâm xuất gia vẫn còn rất ít ỏi, đặc biệt đối với giới trẻ được sinh ra và trưởng thành ở Mỹ mà có túc duyên xuất gia thì lại càng hiếm hoi hơn. Những vị Tăng, Ni có đệ tử thuộc giới trẻ xuất gia ở Mỹ thì không nhiều. Trước năm 2000 tình trạng ít người trẻ xuất gia để kế thừa sự nghiệp "tác Như Lai sứ, hành Như Lai sự" của chư tôn đức Tăng, Ni thuộc thế hệ tị nạn thứ nhất là mối lo tâm huyết. Nhưng từ năm 2000 trở về sau này, phong trào bảo lãnh Tăng, Ni trẻ từ Việt Nam sang Mỹ định cư ngày càng phổ biến thì mối lo không có người kế thừa đã dần giảm nhẹ.

Dù là ít, nhưng một khi chư Tăng, Ni đã nhận đệ tử xuất gia thì việc hướng dẫn tu học và cho họ thọ lãnh giới luật, hay tổ chức các giới đàn truyền trao giới luật, là điều ắt phải có.

- Theo Giáo Sư Trí Siêu Lê Mạnh Thát kể lại trong chuyến thăm Chùa Việt Nam tại Los Angeles vào năm 2013 rằng vào năm 1974 Hòa Thượng Thích Thiên Ân đã mở Giới Đàn truyền giới cho những vị đệ tử xuất gia và tại gia là người Mỹ của ngài. Trong Giới Đàn này có 6 giới tử thọ Cụ Túc Giới và 2 giới tử thọ Sa-di Giới, mà vị dẫn thỉnh là Thầy Trí Siêu Lê Mạnh Thát. Đây là Giới Đàn truyền giới đầu tiên tại California mà cũng là tại Mỹ do một vị Hòa Thượng người Việt Nam (HT Thích Thiên Ân) truyền giới theo truyền thống Tăng Già Việt Nam.

- Tháng 8 năm 1976, nhân phái đoàn chư Ni của Phật Quang Sơn ở Đài Loan đến Los Angeles để tìm chỗ lập chùa, HT Thích Thiên Ân đã thỉnh họ truyền giới Tỳ-kheo-ni cho nữ tu Karuna Dharma (Thích Nữ Ân Từ). Vì vậy, Tỳ-kheo-ni Karuna Dharma là vị nữ tu người Mỹ được thọ Cụ Túc Giới theo truyền thống Phật Giáo Việt Nam đầu tiên tại Hoa Kỳ.[1]

---

[1] Xem "The I.B.M.C. Grand Ordination was held on December 11, 2004 in the Korea town section of Los Angeles California," www.urbandharma.org.

- Theo tài liệu "Đại Giới Đàn Thiện Hòa (Hoa Kỳ)" của Kiêm Đạt,[1] từ ngày 2 đến ngày 4 tháng 9 năm 1983, Đại Giới Đàn Thiện Hòa được tổ chức tại Phật Học Viện Quốc Tế, North Hills, California, Hoa Kỳ. Đây là Đại Giới Đàn quy mô được tổ chức lần đầu tiên kể từ khi người Việt tị nạn đến Mỹ năm 1975. Trong Đại Giới Đàn này có 3 vị thọ Cụ Túc Giới, 11 vị thọ Sa-di Giới, 1 vị thọ Thức-xoa-ma-na Giới, và 27 vị thọ Bồ Tát Giới. Thành phần Thập Sư gồm: HT Thích Huyền Vi (Đàn Đầu Hòa Thượng), HT Thích Thiền Định (Yết-ma A-xà-lê), TT Thích Đức Niệm (Giáo Thọ A-xà-lê), TT Thích Thiện Thanh (Đệ Nhất Tôn Chứng), TT Thích Thắng Hoan (Đệ Nhị Tôn Chứng), TT Thích Minh Tâm (Đệ Tam Tôn Chứng), TT Thích Trí Chơn (Đệ Tứ Tôn Chứng), TT Thích Nguyên Đạt (Đệ Ngũ Tôn Chứng), TT Thích Thiện Trì (Đệ Lục Tôn Chứng), và TT Thích Bảo Lạc (Đệ Thất Tôn Chứng). Chứng Minh Đại Giới Đàn là HT Thích Mãn Giác.

- Năm 1985, Tổng Hội Phật Giáo Việt Nam tại Hoa Kỳ đã tổ chức Giới Đàn Đại Nguyện tại Chùa Kim Quang, Sacramento, California. Trong Giới Đàn này có 6 giới tử thọ Cụ Túc Giới và 2 giới tử thọ Sa-di Giới.

- Trung Tâm Thiền Phật Giáo Quốc Tế (International Buddhist Meditation Center) do HT Thích Thiên Ân sáng lập 1970 đã tổ chức 2 giới đàn. Lần thứ nhất vào năm 1994, do Tỳ-kheo-ni Karuna Dharma, Trú Trì Trung Tâm Thiền Phật Giáo

---

[1] Kiêm Đạt, "Đại Giới Đàn Thiện Hòa (Hoa Kỳ)," 1983, www.quangduc.com.

Quốc Tế tại Los Angeles tổ chức. Truyền giới Tỳ-kheo do HT Havanpola Ratanasara làm Đàn Đầu Hòa Thượng và truyền giới Tỳ-kheo-ni do Sư Bà Thích Nữ Ấn Từ làm Đàn Đầu Hòa Thượng Ni, với nhiều vị Tăng, Ni người Á Châu được thỉnh vào hàng thập sư. Lần thứ hai vào năm 2004 do Sư Bà Thích Nữ Ấn Từ tổ chức và cung thỉnh HT Thích Mãn Giác làm Đàn Đầu Hòa Thượng truyền Tỳ-kheo Giới và Sư Bà Thích Nữ Ấn Từ làm Đàn Đầu Hòa Thượng Ni. Trong hàng thập sư gồm chư Tăng, Ni trong 3 truyền thống Phật Giáo: Nguyên Thủy, Đại Thừa và Kim Cang Thừa. Trong đó có chư Ni Việt Nam như Sư Bà Thích Nữ Diệu Từ, Ni Sư Thích Nữ Như Ngọc, Ni Sư Thích Nữ Tiến Liên.[1]

Khi Đức Phật còn tại thế Ngài đã dạy chư Tăng, Ni thường xuyên tụ họp trong thanh tịnh và hòa hợp để đọc tụng Giới Luật đã thọ lãnh và đồng thời cũng là dịp để tự phát lồ sám hối hoặc để nghe các vị tỳ-kheo chỉ cho những lỗi lầm mà mình đã phạm. Những thời tụng Giới này được gọi là Bố-tát (uposatha). Truyền thống này đã được chư Tăng, Ni duy trì từ thời Phật cho đến nay.

Chư Tăng, Ni tại miền Bắc California đã thực hiện lễ bố-tát hàng tháng từ hơn 30 năm nay và vẫn còn tiếp tục. Chư Tăng, Ni tại miền Nam California mà cụ thể là vùng San Diego cũng đã tổ chức lễ bố-tát hàng tháng từ nhiều năm nay.

Cũng trong mục đích duy trì truyền thống cao đẹp An Cư Kiết Hạ có từ thời Phật đến nay, chư Tăng, Ni ở miền Bắc Cal-

---

[1] Xem chú thích 9.

ifornia trong nhiều năm qua đã tổ chức Chương Trình An Cư Tập Trung trong 3 tháng hạ theo truyền thống quy tụ trên 120 Tăng, Ni và luân phiên qua các chùa trong vùng. Giáo Hội Phật Giáo Việt Nam Thống Nhất Hoa Kỳ (GHPGVNTNHK) cũng đã tổ chức các khóa An Cư tập trung 10 ngày tại hai miền Nam Bắc California trong nhiều năm qua quy tụ trên dưới 200 Tăng, Ni.

Trong tinh thần hướng dẫn Phật tử tu học, hầu hết các chùa đều tổ chức các khóa tu Bát Quan Trai hàng tháng hay các khóa tu học vào các dịp lễ đặc biệt hàng năm. Ngoài ra còn có các thời khóa tụng và giảng Kinh hàng tuần tại các chùa để giúp Phật tử thâm nhập lời dạy của Đức Phật và làm tư lương cho hành trình tu tập.

Từ năm 2011 đến nay, GHPGVNTNHK đã tổ chức các Khóa Tu Học Phật Pháp Bắc Mỹ hàng năm tại California và các tiểu bang khác với số người tham dự có khi lên tới năm, bảy trăm Tăng, Ni và Phật tử. Khóa Tu Học này kéo dài trong 4 ngày với các chương trình thính Pháp, ngồi thiền, tụng Kinh, kinh hành, niệm Phật dành cho người lớn và trẻ em.

Ngoài các chương trình tu học dành cho Tăng, Ni và Phật tử nói trên, Cộng Đồng Phật Giáo Bắc California còn tổ chức các Đại Lễ Phật Đản chung, mà khởi đầu là Đại Lễ Phật Đản năm 1991 tại Independence High School ở thành phố San Jose. Tại Miền Nam California, Giáo Hội Phật Giáo Việt Nam Thống Nhất Hải Ngoại Tại Hoa Kỳ từ năm 1993 và sau này từ năm 2009 Giáo Hội Phật Giáo Việt Nam Thống Nhất Hoa Kỳ đã tổ chức Đại Lễ Phật Đản chung hàng năm để tôn xưng ngày Đức

Phật Thích Ca Mâu Ni thị hiện ra đời trong đại nguyện cứu khổ chúng sinh và cũng để giới thiệu nền văn hóa Phật Giáo Việt Nam đến cộng đồng người Mỹ. Các buổi Lễ Phật Đản này thường quy tụ hàng ngàn người tham dự.

Một trong những điều kiện cần thiết để mở rộng công cuộc hoằng dương Chánh Pháp là xây dựng đội ngũ giảng sư đoàn gồm chư tôn đức Tăng, Ni có khả năng diễn giảng Phật Pháp và hướng dẫn quần chúng Phật tử tu học. Đây chính là lý do dẫn đến việc thành lập Giảng Sư Đoàn Phật Giáo Việt Nam Hải Ngoại trong cuộc họp vào tối ngày 2 tháng 9 năm 1983 nhân dịp chư Tăng, Ni từ các châu lục về dự Đại Giới Đàn Thiện Hòa. Cuộc họp được diễn ra tại Chùa Phật Tổ, thành phố Long Beach, miền Nam California, Hoa Kỳ, theo Kiêm Đạt (1983).

Cuộc họp nói trên đã thành lập Ban Điều Hành của Giảng Sư Đoàn Phật Giáo Việt Nam Hải Ngoại gồm: TT Thích Đức Niệm và TT Thích Thiện Thanh (Hoa Kỳ), TT Thích Minh Tâm (Âu Châu), TT Thích Bảo Lạc (Úc Châu), TT Thích Tịnh Hạnh (Á Châu), và TT Thích Thiện Nghị (Canada). Trụ sở tạm đặt tại Chùa Phật Tổ, Long Beach, California.

Nằm trong đường hướng hoằng pháp, tại Tu Viện Kim Sơn, sau khi Thiền sư Nhất Hạnh đến Mỹ để giảng dạy thiền quán cho Phật tử Việt nam bắt đầu từ năm 1986, mỗi năm đều có 2 khóa tu tập, cho Tăng Ni và cho Phật tử, mỗi khóa 5 ngày. Tinh thần rất cao, kết quả cũng rất lớn, từ đó, phong trào tu tập Chánh Niệm cho tứ chúng, đặc biệt là giới trẻ, khởi sắc qua gần 40 năm. Tu Viện Lộc Uyển được thành lập năm 2000, sau những kết quả này. Ngoài ra, chư Tăng, Ni tại miền Bắc

California đã tổ chức Khóa Tu Học và Đào Tạo Nhân Sự Hoằng Pháp từ ngày 30 tháng 9 đến ngày 2 tháng 10 năm 1994 tại Tu Viện Kim Sơn, với sự tham dự của 53 Phật tử.

Để mở rộng công tác hoằng pháp tại hải ngoại trong thời đại văn minh tiến bộ vượt bậc của truyền thông xã hội mà đặc biệt là nhằm mục đích truyền bá giáo lý của Đức Phật đến giới trẻ, HT Thích Tuệ Sỹ đã khuyến tấn chư tôn đức Tăng, Ni và cư sĩ xúc tiến việc thành lập Hội Đồng Hoằng Pháp. Kết quả là Hội Đồng Hoằng Pháp của GHPGVNTN đã ra đời vào tháng 5 năm 2021 và được Viện Tăng Thống GHPGVNTN tán trợ. Thành phần nhân sự điều hành Hội Đồng Hoằng Pháp gồm: HT Thích Tuệ Sỹ làm Cố Vấn Chỉ Đạo, HT Thích Như Điển làm Chánh Thư Ký, HT Thích Nguyên Siêu và HT Thích Bổn Đạt làm Phó Thư Ký, với các Ban Phiên Dịch Trước Tác, Ban Truyền Bá Giáo Lý, Ban Báo Chí và Xuất Bản, và Ban Bảo Trợ. HT Thích Thái Siêu là Trưởng Ban Truyền Bá Giáo Lý của HĐHP kiêm Trưởng Ban Truyền Bá Giáo Lý tại Hoa Kỳ. Sau khi HT Thích Thái Siêu viên tịch vào tháng 3 năm 2022 thì HĐHP đã thỉnh cử HT Thích Nguyên Siêu làm Trưởng Ban Truyền Bá Giáo Lý tại Hoa Kỳ.

Từ ngày thành lập đến nay Hội Đồng Hoằng Pháp (Dharma Propagating Council) đã tổ chức 2 kỳ Đại Hội trên Zoom để công bố các Phật sự đã hoàn thành và đề ra các Phật sự sắp tới. Điều đáng chú ý nhất là trong hơn 3 năm qua, Hội Đồng Hoằng Pháp đã tổ chức hàng chục buổi thuyết giảng Phật Pháp trên internet cũng như các khóa tu học tại các chùa trên toàn cầu. Hội Đồng Hoằng Pháp cũng đã xuất bản hàng chục tác phẩm về Phật học, đặc biệt là bộ Thanh Văn Tạng đã ấn hành 2 đợt gồm 34 cuốn Kinh, Luật và Luận trong công trình phiên dịch Đại Tạng Kinh Việt Nam của Ủy Ban Phiên Dịch Trung Ương (Central Translation Committee) do Viện Tăng Thống (Sangharaja Institute) GHPGVNTN chủ trương.

Đại lễ Phật Đản cộng đồng Phật Giáo Vùng Bắc California,
Hoa Kỳ, PL. 2568
(Ngày 05/5/2024) Ảnh: Võ Văn Tường

IV

VĂN HÓA VÀ GIÁO DỤC

"Văn hóa là khái niệm bao gồm hành vi xã hội, các thể chế, và những chuẩn mực được phát kiến trong các xã hội loài người, cũng như nhận thức, niềm tin, nghệ thuật, luật pháp, tục lệ, khả năng, thái độ, và thói quen của những cá nhân trong các nhóm này," theo giáo sư nhân chủng học người Anh Edward Burnett Tylor (1832-1917) định nghĩa trong tác phẩm "Primitive Culture" của ông.[1]

Nói chung, như Từ Điển Cambridge English Dictionary định nghĩa rằng, "Văn hóa là cách sống."[2] Đó là cách sống mà con người biểu hiện qua các hình thái vật chất và tinh thần. Hay nói khác đi là văn hóa vật thể và văn hóa phi vật thể. Văn

---

1 Edward Tylor, "Primitive Culture," Vol 1, New York, 1871.

2 Mời xem: https://dictionary.cambridge.org/us/dictionary/english/culture.

hóa vật chất như các kiến trúc, các cách ăn uống, các thời trang, v.v... Những thứ này thường không tồn tại lâu dài mà bị bào mòn hay bị hủy diệt theo thời gian. Văn hóa tinh thần như các niềm tin, các triết thuyết, ngôn ngữ, tư tưởng, văn chương, v.v... có thể tồn tại lâu dài với thời gian. Điều dễ thấy nhất là các giáo nghĩa mà Đức Phật đã dạy từ hơn hai mươi lăm thế kỷ trước vẫn còn tồn tại đến ngày nay. Trong khi đó, các kiến trúc Phật Giáo như Tinh Xá Kỳ Hoàn vào thời Phật, hoặc Trung Tâm Luy Lâu tại Việt Nam thì đã bị sụp đổ chỉ còn lại những dấu vết hoang tàn.

Như vậy, duy trì và phát huy văn hóa là cách giữ gìn bản sắc đặc thù của một dân tộc, một tôn giáo, mà trong đó phát huy nền văn hóa tinh thần là điều trọng yếu. Nhìn lại quá trình lịch sử hơn hai ngàn năm của Phật Giáo tại Việt Nam chúng ta sẽ thấy các giáo nghĩa mà Phật dạy như vô thường, khổ, không, vô ngã, niết-bàn tịch diệt, giải thoát, giác ngộ, nhân quả, nghiệp báo đã tồn tại vượt thời gian. Hoặc cụ thể hơn, bài kệ trước khi viên tịch của Thiền Sư Vạn Hạnh (938–1018)[1] vẫn còn được lưu truyền cho đến ngày nay.

---

1 Lê Mạnh Thát, "Lịch Sử Phật Giáo Việt Nam" tập 2. Bài kệ như sau:
Thân như điện ảnh hữu hoàn vô
Vạn mộc xuân vinh thu hựu khô
Nhậm vận thịnh suy vô bố úy
Thịnh suy như lộ thảo đầu phô.

Giáo Sư Lê Mạnh Thát dịch:
Thân như bóng chớp có rồi không
Cây cỏ xuân tươi thu não nùng

Chư Tăng, Ni khi định cư tại California đã kiến lập nhiều ngôi chùa để làm nơi hành đạo. Những ngôi chùa này hầu hết đều xây theo kiến trúc các ngôi chùa ở Việt Nam và vì vậy một cách mặc nhiên nó biểu thị bản sắc văn hóa của Phật Giáo Việt Nam qua nghệ thuật kiến trúc tại xứ người. Tương tự như thế, các lễ nghi, các kiểu ăn mặc, các loại thực phẩm mà Tăng, Ni và Phật tử Việt Nam sử dụng tại Mỹ cũng là nét văn hóa của dân tộc và Phật Giáo Việt Nam truyền thống.

Nói đến văn hóa thì ắt không thể không nói đến văn học. Sau khi định cư tại California vào cuối thập niên 1970s, nhiều chư tôn đức Tăng, Ni và cư sĩ Phật tử là những nhà thơ, nhà văn, nhà báo đã tiếp tục hoặc khởi sự sáng tác. Trong số những nhà văn và nhà thơ Phật Giáo đó có Thích Thiên Ân (1925-1980), Thích Mãn Giác (thi sĩ Huyền Không, 1929-2006), Thích Duy Lực (1923-2000), Thích Giác Nhiên (bút hiệu Toàn Chân, 1923-2015), Thích Trí Chơn (1933-2011), Thích Thắng Hoan (1928-2024), Thích Đức Niệm (bút hiệu Thiền Đức, 1937-2003), Thích Giác Đức, Thích Giác Lượng (thi sĩ Tuệ Đàm Tử, 1935-2020), Thích Minh Đạt, Thích Tịnh Từ, Thích Tín Nghĩa, Thích Nguyên Siêu, Thích Quảng Thanh (thi sĩ Thanh Trí Cao, 1951-2019), Thích Hạnh Tuấn (1956-2015), Thích Viên Lý, Thích Minh Dung, Thích Nguyên Tâm, Thích Từ Lực, Thích Thiện Long (nhà thơ Hàn Long Ẩn), Thích Chúc Hiền, Thích Nhuận Hùng, Thích Nữ Giới Hương, Thích Nữ Tịnh Quang, Thích Nữ Huệ Trân, v.v…

Theo vận thịnh suy không hãi sợ
Thịnh suy đầu cỏ tợ phơi sương.

Các nhà văn, nhà thơ Phật tử tại California gồm Nghiêm Xuân Hồng (1920-2000), Trần Ngọc Ninh, Phạm Công Thiện (1941-2011), Nhã Ca, Đỗ Quý Toàn, Viên Linh (1938-2024), Lê Thái Ất (bút hiệu Duyên Hạc, 1928-2013), Nguyễn Văn Sâm, Trần Quang Thuận (1930-2017), Bùi Ngọc Đường, Hồng Quang, Châu Văn Thọ, Nguyên Trung Ngô Văn Bằng (1941-2023), Đặng Nguyên Phả (1932-2023), Huỳnh Trung Chánh, Đỗ Hữu Tài, Phan Tấn Hải, Thái Tú Hạp, Trần Kiêm Đoàn, Tuệ Nga, Lý Kiến Trúc, Lý Khôi Việt (1951-2008), Nguyễn Hữu Liêm, Vĩnh Hảo, Tâm Diệu, Thiện Phúc, Lê Giang Trần, Nguyễn Lương Vỵ (1952-2021), Nguyễn Hiền Đức (1944-2022), Hoàng Mai Đạt, Như Hùng, Huỳnh Kim Quang, Tô Đăng Khoa, Bạch Xuân Phẻ, Uyên Nguyên, Tâm Nhuận Phúc Doãn Hưng, v.v…

Để cổ võ và tạo môi trường sáng tác trong lãnh vực văn học Phật Giáo, nhiều cuộc thi viết văn và làm thơ đã được tổ chức bởi các chùa hoặc các tổ chức Phật Giáo ở California. Chẳng hạn, Giải Văn Học Phật Giáo Ananda Việt Awards do Hội Phật Học Đuốc Tuệ, Thư Viện Hoa Sen, và Ananda Việt Foundation đồng tổ chức vào năm 2017; Hoặc Cuộc Thi Viết Văn Ứng Dụng Phật Pháp do Chùa Hương Sen tổ chức vào năm 2022 mà người làm Trưởng Ban Tổ Chức cuộc thi là Ni Sư Thích Nữ Giới Hương.

Về mặt báo chí Phật Giáo Việt Nam tại California thì hiện nay chúng tôi có các thông tin một phần dựa vào bộ Văn Học Phật

Giáo Việt Nam Hải Ngoại Sưu Khảo[1] và phần khác mới sưu tập được. Danh sách các báo được sắp theo mẫu tự a,b,c như sau:

- **Bông Sen**: Do Lý Khôi Việt chủ trương từ năm 1991 tại California, Hoa Kỳ. Đã đình bản.

- **Chánh Đạo**: Tuần báo phổ thông do cư sĩ Nguyên Trung chủ trương từ năm 1992 tại San Jose, California, Hoa Kỳ. Đã đình bản.

- **Chánh Pháp**: Báo ra mỗi đầu tháng. Số ra mắt vào đầu tháng 5 năm 2009. Mục đích của báo là hoằng pháp, tin tức Phật sự và văn học Phật giáo. Chủ nhiệm: HT Thích Nguyên Trí và hiện nay là HT Thích Nguyên Siêu; Chủ bút: Vĩnh Hảo. Báo mạng internet ở địa chỉ: www.chanhphap.net.

- **Chân Nguyên**: Tạp chí ra không định kỳ. Số ra mắt vào tháng 10 năm 1985 tại Los Angeles, California, Hoa Kỳ. Chủ trương là Thanh Niên Tăng Ni. Đến tháng 5 năm 1990 thì thay đổi với đường hướng là tạp chí văn nghệ và tư tưởng triết học Đông Tây. Chủ nhiệm là Thích Viên Lý. Chủ bút là Phạm Công Thiện. Tổng thư ký là Thích Minh Dung. Đã đình bản.

- **Chấn Hưng**: Tạp chí với chủ trương vận động chấn hưng Tổ chức Phật giáo Việt Nam, xuất bản 2 tháng một số, có mặt vào những năm 1985 đến 1989. Chủ trương là Ủy ban Vận Động Chấn Hưng Tổ Chức Phật Giáo Việt Nam.

---

1 Văn Học Phật Giáo Việt Nam Hải Ngoại Sưu Khảo, California, Hoa Kỳ, 2010 - https://www.vinhhao.info.

Người đại diện là Bùi Ngọc Đường. Tòa soạn phát hành tại Nam California, Hoa Kỳ.

- **Đặc San Điều Ngự**: Ra vào các dịp lễ như Tết, Phật Đản, Vu Lan do HT Thích Viên Lý làm Chủ nhiệm kiêm Chủ bút, tòa soạn đặt tại Chùa Điều Ngự, thành phố Westminster, Nam California.

- **Đất Lành**: Tạp chí phát huy Phật Pháp và truyền thống văn hóa Việt Nam. Xuất bản hàng quý. Số ra mắt vào tháng 5 tháng 6 năm 2000. Ban Chủ trương: Dat Lanh Buddhist Fellowship. Chủ biên: Tâm Nguyên Khương Nguyễn Tấn Thọ. Địa chỉ tòa soạn đặt tại thành phố Bellflower, California.

- **Đuốc Tuệ**: Tạp chí bảo vệ và phát huy văn hóa Việt Nam và văn hóa Phật Giáo Việt Nam ra vào đầu mỗi tháng. Chủ nhiệm kiêm Chủ bút: Thích Giác Đức; Tổng thư ký: Viên Linh. Trụ sở đặt tại Chùa Việt Nam, Los Angeles, California. Số ra mắt vào dịp Lễ Phật Đản 2520, dương lịch 1976. Đã đình bản. Đây là tờ báo Phật Giáo Việt Nam có mặt sớm nhất tại California.

- **Giao Điểm**: Chủ trương: Văn hóa, tôn giáo và thời sự. Tạp chí ấn hành hàng quý. Số ra mắt vào cuối năm 1990 tại Miền Nam California. Chủ nhiệm: Hồng Quang; các Chủ bút gồm: Tôn Thất Khoát (Chủ Bút số báo đầu tiên), Phan

Tấn Hải (Chủ bút từ số 2 tới số 8), Phan Mạnh Lương (Chủ bút bắt đầu từ số 9)...[1] Đã đình bản báo giấy.

- **Hoa Sen**: Do Thích Pháp Châu, Chùa Quan Thế Âm tại California chủ trương, Hoa Kỳ. Đã đình bản.

- **Hương Đạo**: Chủ nhiệm kiêm Chủ bút: Thích Tịnh Từ. Số ra mắt vào năm 1977 tại thành phố San Francisco. Đã đình bản.

- **Khai Phóng**: Tạp chí Văn hóa, chính trị dân tộc, ấn hành vào những năm 1981 đến 1984 tại Nam California, Hoa Kỳ. Thành phần chủ trương và biên tập là những tri thức Phật giáo Việt Nam tại hải ngoại.

- **Kim Sơn**: Chủ nhiệm kiêm Chủ bút: Thích Tịnh Từ. Số ra mắt vào tháng 7 năm 1984 tại thành phố Morgan Hill, California. Đã đình bản.

- **Liên Hoa**: Nguyệt san do Ban Biên Tập của Trang nhà điện toán toàn cầu: www.thuvienhoasen.org thực hiện. Hiện ngưng ấn bản báo giấy.

- **Long Hoa**: Chủ nhiệm: Thích Thiên Ân; Chủ bút: Hồng Quang. Số ra mắt vào tháng 5 năm 1976 tại Los Angeles. Đã đình bản.

---

1 Hạ Long, "Những Bức Phá Của Một Chặng Đường Mười Năm," www.giaodiemonline.com.

- **Nguồn Sống**: Do Thích Giác Lượng Tuệ Đàm Tử làm Chủ nhiệm và Chủ bút, ấn hành tại California, Hoa Kỳ, bắt đầu từ năm 1986. Đã đình bản.

- **Pháp Duyên**: Do Thích Giác Lượng Tuệ Đàm Tử chủ trương, ấn hành mỗi quý tại California, Hoa Kỳ, từ năm 1984. Đã đình bản.

- **Phật Giáo Hải Ngoại**: Tạp chí ấn hành vào các dịp lễ lớn của Phật giáo như Xuân, Phật Đản, Vu Lan do GHPGVNTNHN-HK chủ trương. Cố Hòa Thượng Thích Đức Niệm làm Chủ nhiệm. Cư sĩ Quảng Thành làm Chủ bút. Cư sĩ Tâm Quang Vĩnh Hảo làm Tổng thư ký. Ấn hành từ năm 1994 đến năm 2000, tại California, Hoa Kỳ.

- **Phật Giáo Thống Nhứt**: Tập san ấn hành theo những kỳ đại lễ của Phật giáo do tổ chức GHPGVNTN tại Hoa Kỳ thực hiện từ năm 1988 đến năm 1993.

- **Phật Giáo Việt Nam**: Tạp chí phát hành hàng tháng. Số ra mắt vào tháng 5 năm 1978. Theo Ban Chủ trương đây là tiếng nói của Phật giáo Việt Nam tại Hải Ngoại. Cố Chủ nhiệm: Thích Thiên Ân. Chủ nhiệm: Thích Mãn Giác. Chủ bút: Châu Văn Thọ. Địa chỉ tòa soạn đặt tại Chùa Việt Nam, Los Angeles, California. Đã đình bản.

- **Phật Học**: Tập san ấn hành theo những kỳ đại lễ của Phật giáo do Hòa Thượng Thích Đức Niệm và Hòa Thượng Thích Trí Chơn chủ trương. Ấn hành từ năm 1985 đến 1988 tại California, Hoa Kỳ.

- **Phật Học Viện Quốc Tế**: Tập san ấn hành theo những kỳ đại lễ của Phật giáo do Hòa Thượng Thích Đức Niệm chủ trương. Ấn hành từ năm 1980 đến 1984 tại California, Hoa Kỳ.

- **Phật Việt**: Tập san nghiên cứu Phật Học do Trung Tâm Phát Huy Văn Hóa Phật giáo Hải Ngoại ấn hành. Thành phần Ban Biên Tập gồm: Chủ nhiệm kiêm Tổng Thư ký: Thích Nguyên Siêu, Chủ bút (trong nước): Thích Tuệ Sỹ, Chủ bút (hải ngoại): Phạm Công Thiện. Số ra mắt vào tháng 2 năm 2004. Trụ sở đặt tại Chùa Phật Đà, San Diego, California, Hoa Kỳ. Sau một thời gian vắng mặt Phật Việt đã tái bản bộ mới Tập San Phật Việt, số ra mắt vào mùa Phật Đản 2021. Thành phần Chứng minh: Hòa Thượng Thích Thắng Hoan và Hòa Thượng Thích Tuệ Sỹ; Chủ nhiệm: Hòa Thượng Thích Như Điển; Chủ bút: Hòa Thượng Thích Nguyên Siêu; Phụ tá chủ bút: HT. Thích Từ Lực, TT. Thích Nguyên Tạng, TT. Thích Hạnh Viên; Ban Biên Tập: Tâm Huy Huỳnh Kim Quang, Tâm Quang Vĩnh Hảo, Thị Nghĩa Trần Trung Đạo, Nguyên Đạo Văn Công Tuấn; Thư ký Tòa soạn: Tâm Thường Định và Nguyên Không; Kỹ thuật: Nhuận Pháp và Uyên Nguyên. Phát hành tại Hoa Kỳ cho đến này đã được 5 số.

- **Phương Trời Cao Rộng**: Tạp chí văn học Phật giáo, ấn hành hằng tháng do nhà văn Vĩnh Hảo làm Chủ nhiệm và Chủ bút. Số ra mắt vào tháng 6 năm 2006. Đã đình bản.

- **Sen Trắng**: Tiếng nói chung của Anh Chị Em Gia Đình Phật Tử Việt Nam. Chủ trương: "Đây là nơi chúng ta cùng nhau phản ánh nội dung Phật học, giữ gìn và phát huy truyền thống, cũng như lan tỏa tình Lam đến mọi nơi." Tâm Quảng Nhuận làm tri sự. Hiện chỉ có online: https://sentrangusa.com.

- **Tập San Nghiên Cứu Phật Học**. Chủ nhiệm/chủ bút: Thích Như Minh. Số ra mắt vào mùa thu năm 2008 tại California. Đã đình bản.

- **Thư Viện Phật Việt**: Nơi lưu trữ, giới thiệu những tài liệu quý, các thể loại Kinh, Luật, Luận của Phật Giáo, cũng như những tài liệu nghiên cứu Phật học và kinh nghiệm dung hoá, thực hành chánh pháp đến với mọi người, nhất là giới trẻ. Huynh trưởng Tâm Thường Định chủ xướng và huynh trưởng Nhuận Pháp và Quảng Pháp đồng hành. Trang mạng xã hội (Facebook) https://www.facebook.com/thuvienphatviet đã ra đời vào ngày 06.02.2018 và trang nhà (website) https://thuvienphatviet.com chính thức ra mắt vào ngày 12.02.2021. Thành phần Ban Biên tập hiện nay gồm có: Cư sĩ Tâm Thường Định, Cư sĩ Nguyên Không, Cư sĩ Nguyên Túc. Ban Kỹ thuật: Lotus Media Group và Hoa Đàm Group.

- **Tổng Hội Cư Sĩ PGVN Tại Hoa Kỳ**: Tập san do Tổng Hội Cư Sĩ Phật giáo Việt Nam tại Hoa Kỳ chủ trương, ấn hành vào những dịp lễ lớn của Phật giáo. Đã đình bản.

- **Trúc Lâm**: Tạp chí ấn hành vào những dịp lễ lớn của Phật giáo. Chủ trương kiêm Chủ bút: Thích Quảng Thanh. Trụ sở đặt tại Chùa Bảo Quang, thành phố Santa Ana, California. Đã đình bản.

- **Viên Thông**: Phổ biến giáo lý Phật giáo và văn hóa Việt Nam. Chùa Viên Thông, thành phố Bellflower, California, ấn hành 2 tháng một số. Chủ trương: Thích Thông Niệm. Đã đình bản.

Việc xuất bản sách báo trong cộng đồng Phật Giáo Việt Nam tại California hiện nay không nhiều như trước đây. Bây giờ đa phần sách được phát hành trên mạng qua các nhà phát hành lớn như Amazon. Sau khi HT Thích Đức Niệm viên tịch vào năm 2003, nhà xuất bản kinh sách Phật Học Viện Quốc Tế cũng đã ngừng hoạt động. Trước đó PHV Quốc Tế là nơi phát hành kinh sách Phật Giáo khá phổ biến trong cộng đồng Phật Giáo Việt Nam tại Hoa Kỳ nói chung và tại California nói riêng. Ngày nay trong cộng đồng PGVN tại California, ngoài việc ấn hành kinh sách và báo chí do các chùa thực hiện, còn có các nhà xuất bản như Lotus Media, Thư Viện Hoa Sen, Hội Đồng Hoằng Pháp, v.v…

Về giáo dục, các ngôi chùa của cộng đồng Phật Giáo Việt Nam tại Mỹ ngoài vai trò là nơi bảo tồn và phát huy văn hóa truyền thống của dân tộc và Phật Giáo Việt Nam tại đây, còn có chức năng là những trung tâm giáo dục quần chúng và giới trẻ về Phật Pháp và tiếng Việt.

Dạy tiếng Việt cho giới trẻ trong cộng đồng người Việt là cách hữu hiệu nhất để truyền bá Phật Pháp và nền văn hóa đặc thù của dân tộc và Phật Giáo Việt Nam cho thế hệ con em.

Chính vì vậy, các ngôi chùa và tổ chức Gia Đình Phật Tử Việt Nam tại Nam và Bắc California đã tổ chức các lớp học Việt ngữ hàng tuần trong suốt 50 năm qua, trong đó có đơn vị Gia đình Phật tử Kim Quang trong suốt 47 năm qua, hiện nay có 11 lớp Việt Ngữ. Có nhiều ngôi chùa mở trường dạy tiếng Việt như Trung Tâm Việt Ngữ Hùng Vương[1] tại Chùa Bảo Quang, Santa Ana; Trường Việt Ngữ An Lạc[2] tại Tu Viện An Lạc, Ventura, California; Trường Việt Ngữ An Lạc[3] tại Chùa An Lạc, San Jose, California; Trường Việt Ngữ Đức Viên tại Chùa Đức Viên, San Jose, California, là ngôi trường đầu tiên tại San Jose dạy tiếng Việt cho giới trẻ người Việt. Ngày nay, Trường này có tới 500 em học sinh, gồm 12 lớp, 60 giáo viên dạy tiếng Việt vào mỗi Chủ Nhật;[4] Pháp Vương Academy tại Tu Viện Pháp Vương, Escondido, San Diego là nơi không những dạy tiếng Việt cho các em mà còn giúp các em làm bài tập ở nhà và nhiều sinh hoạt bổ ích cho kiến thức và thể lực khác;[5] v.v…

Thực hiện việc giáo dục ở cấp bậc cao hơn và chuyên môn hơn thì có HT Thích Thiên Ân, người đã mở Trung Tâm Thiền Phật Giáo Quốc Tế (International Buddhist Meditation Center - IBMC) vào năm 1970 tại thành phố Los Angeles và vào năm

---

[1] Nguyễn Ngân, "Trung Tâm Hùng Vương Bế Giảng Khóa Học Việt Ngữ," www.vietbao.com.

[2] Xem: https://www.venturabuddhistcenter.org/vi/truongvietnguanlac

[3] Xem: https://www.chuaanlacsj.org/school

[4] Trường Việt Ngữ Đức Viên -- https://www.chuaducvien.com/gioi-thieu-vndv

[5] Xem: https://hoavouu.com/p50a49101/mot-ngay-thu-bay-voi-pva

1973 thì mở Trường Đại Học Đông Phương (University of Oriental Studies) cũng tại thành phố Los Angeles. Các cơ sở giáo dục Phật Giáo này đã dạy Thiền và triết học Đông Phương cho người Mỹ vì lúc đó chưa có người Việt tị nạn định cư ở Mỹ.

Trong lãnh vực giáo dục và đào tạo Tăng tài thì có HT Thích Đức Niệm, người đã thành lập Phật Học Viện Quốc Tế tại thành phố North Hills, California, Hoa Kỳ vào năm 1979. Tại đây HT Thích Đức Niệm đã đào tạo được nhiều vị đệ tử xuất gia Tăng và Ni mà hiện đang góp phần hoằng pháp tại Hoa Kỳ.

Gia Đình Phật Tử cúng dường văn nghệ Đại lễ Phật Đản PL. 2563 Cộng đồng Phật Giáo Vùng Nam California, ngày 13,14/4/2019 tại Công Viên Mile Square Park, thành phố Fountain Valley (Ảnh: Võ Văn Tường)

V

SINH HOẠT CỦA TỔ CHỨC GIA ĐÌNH PHẬT TỬ VIỆT NAM

Gia Đình Phật Tử Việt Nam (GĐPTVN) là tổ chức giáo dục tuổi trẻ theo tinh thần Phật Giáo do cư sĩ Tâm Minh Lê Đình Thám sáng lập vào thập niên 1940s tại Việt Nam. Trải qua hơn 80 năm tồn tại và phát triển, GĐPTVN hiện nay đã có mặt trên khắp thế giới theo bước chân của người Việt tị nạn từ sau ngày 30 tháng 4 năm 1975.

Theo Huynh Trưởng Tâm Hòa Ngô Mạnh Thu (1938-2004),[1] GĐPTVN đã chính thức có mặt tại Hoa Kỳ vào mùa hè năm 1976 với 2 đơn vị GĐPT tự phát. Đó là GĐPT Giác Hoàng do

---

1 Tâm Hòa Ngô Mạnh Thu [2000], "Gia Đình Phật Tử Việt Nam Tại Hoa Kỳ," https://sentrangusa.com.

các Huynh Trưởng Phúc Thiện Ngũ Duy Thành và Thiện Thanh Đặng Đình Khiết thành lập tại Chùa Giác Hoàng, Thủ Đô Hoa Thịnh Đốn; và GĐPT Cựu Kim Sơn do Huynh Trưởng Thuyền Vị Nguyễn Thị Ngà thành lập tại Chùa Từ Quang, thành phố San Francisco. Cũng theo Huynh Trưởng Tâm Hòa Ngô Mạnh Thu thì tính đến mùa hè năm 2000 tại Hoa Kỳ có hơn 60 đơn vị GĐPTVN sinh hoạt hàng tuần. Mỗi đơn vị có trung bình 100 đoàn sinh và một số đơn vị có số đoàn sinh lên tới 300, 400. Như vậy tổng số đoàn sinh GĐPTVN tại Mỹ lúc đó (năm 2000) là từ 6,000 tới 6,500. Đến năm 1983 Đại Hội Huynh Trưởng đầu tiên được thực hiện tại Chùa Pháp Quang, tiểu bang Texas để kết hợp sinh hoạt chung của GĐPTVN tại Hoa Kỳ, theo anh Thu cho biết.

Theo Huynh Trưởng Nguyên Túc Nguyễn Sung,[1] thì có sự sút giảm số lượng huynh trưởng và đoàn sinh GĐPTVN tại Hoa Kỳ trong vòng 22 năm, từ năm 1994 đến 2016. Cụ thể là vào năm 1994 tại Mỹ có tất cả gần 80 đơn vị với khoảng 6,500 huynh trưởng và đoàn sinh, nhưng đến năm 2016 thì chỉ còn 41 đơn vị và khoảng 3,113 huynh trưởng và đoàn sinh GĐPT. Cũng theo Nguyên Túc, năm 2016, tại Hoa Kỳ có ít nhất 4 Ban Hướng Dẫn cấp quốc gia và thành phần lãnh đạo BHD ở độ tuổi trung bình 50 tuổi.

Về các sinh hoạt đáng chú ý của tổ chức GĐPTVN, theo Huynh Trưởng Tâm Hòa Ngô Mạnh Thu, tại miền Nam

---

1 Nguyên Túc Nguyễn Sung, "GĐPTVN Tại Hoa Kỳ Nên Có Một Định Hướng Và Hành Hoạt Như Thế Nào…," www.hoangphap.org.

California tính đến năm 2000 có hơn 10 Trung Tâm Việt Ngữ của GĐPTVN để dạy tiếng Việt cho các đoàn sinh; các đội múa lân giúp vui trong các ngày lễ của Phật Giáo và các lễ hội trong cộng đồng người Việt tị nạn như Tết, Trung Thu; đoàn vũ của GĐPT Long Hoa tại Chùa Việt Nam ở Los Angeles dẫn đầu về loại vũ dân tộc; GĐPT Chánh Pháp tại Chùa Dược Sư ở thành phố Garden Grove đã sáng tác và trình diễn các tuồng cải lương như Phật Thành Đạo, Quan Âm Diệu Thiện, Lưu Bình Dương Lễ vào thập niên 1990s, trong lúc cộng đồng người Việt tị nạn còn chưa phục hồi bộ môn ca nhạc này; GĐPTVN cũng tham gia sinh hoạt cộng đồng với các đoàn thể trẻ khác. Trên thực tế, hầu như tất cả các đơn vị GĐPT tại Hoa Kỳ nói chung và tại California nói riêng đều có chương trình dạy tiếng Việt, có đoàn lân và các sinh hoạt giúp ích cộng đồng. Ngoài ra, trong sinh hoạt hàng tháng của Ngành Thiếu của GĐPT có chương trình thăm viếng các cụ trong các Viện Dưỡng Lão hay phát cơm cho người vô gia cư ở các công viên trong tinh thần "đem Đạo vào Đời" để thể hiện lòng từ bi của người Phật tử và giúp các em hiểu thêm giáo lý nhà Phật trong khi làm việc.

Khóa tu thiếu nhi hè năm 2019 tại chùa Đức Viên, San Jose
(Ảnh: Võ Văn Tường)

VI

NĂM MƯƠI NĂM NHÌN LẠI ĐỂ ĐI TỚI...

Với hai bàn tay trắng khi mới đặt chân lên đất nước Hoa Kỳ cách nay tròn 50 năm, cộng đồng Phật Giáo Việt Nam, gồm Tăng, Ni và Phật tử các giới, đã xây dựng được cơ đồ vững chắc cho Phật Giáo Việt Nam trên vùng đất hứa này. Khi nhìn lại những thành tựu trong nửa thế kỷ qua của Phật Giáo Việt Nam tại Mỹ, chúng ta có thể học được bài học kinh nghiệm trong quá khứ để có dự phóng cho tương lai.

1/ Giữ Đạo và phát triển Đạo: Đất nước Hoa Kỳ xưa nay chịu ảnh hưởng sâu đậm tín điều và giáo điều của các tôn giáo hữu thần mà tiêu biểu là Thiên Chúa Giáo, gồm các giáo phái Tin Lành và Thiên Chúa Giáo La Mã. Trách nhiệm thiêng liêng của chư Tăng, Ni và giới cư sĩ tri thức Phật Giáo là làm sao bảo vệ niềm tin Tam Bảo đối với quần chúng người Việt tị nạn giữa một xã hội mà đi đâu cũng chỉ thấy nhà thờ và Thánh giá. Dù sứ mệnh này của cộng đồng Phật Giáo Việt Nam ở California không phải hoàn toàn thành công một trăm phần trăm, ít ra cũng đã có thể giữ vững và mở rộng niềm tin Phật Giáo trong cộng đồng người Việt tị nạn.

Làm được điều đó chính là nhờ vào nỗ lực phi thường của chư tôn đức Tăng, Ni và Phật tử các giới trong việc xây dựng chùa chiền, kiến lập đạo tràng ở khắp mọi nơi có người Việt tị nạn cư ngụ. Tại vùng Little Saigon, nơi thủ đô của người Việt tịn nạn Cộng Sản, hình ảnh ngôi chùa có mặt khắp nơi và những ông bà cụ già chỉ cần ra trạm xe buýt trước nhà là có thể đi đến chùa bất cứ ngày nào. Bởi vậy, đừng thấy chùa "mọc lên như nấm" rồi than phiền mà nên biết rằng nhờ chùa có mặt khắp nơi nên cộng đồng người Việt tị nạn mới giữ được Đạo và phát triển Đạo Phật Việt Nam trong lòng xã hội phương Tây.

Tuy nhiên, việc mỗi Tăng, Ni tự mình ra xây dựng một ngôi chùa và sinh hoạt theo cách riêng sẽ không tránh khỏi tình trạng rời rạc, mạnh ai nấy làm, và không có sự kết hợp trong các Phật sự chung để tạo sức mạnh cho cộng đồng Phật Giáo địa phương. Nếu tình hình rời rạc này kéo dài quá lâu sẽ dẫn tới tình trạng không nên có trong cộng đồng Tăng Già cũng như cộng đồng Phật Giáo nói chung: chia rẽ, phân hóa và làm mất tinh thần thanh tịnh và hòa hợp.

Để thoát khỏi tình trạng bất lợi nói trên, chúng tôi thiết nghĩ có 2 cách có thể áp dụng được. Xin mở ngoặc ở đây để nhấn mạnh rằng 2 cách này không phải là mới mẻ gì vì từ trước tới giờ đã và đang được thực hiện trên toàn quốc Hoa Kỳ hay tại các địa phương, nhưng vẫn còn chưa vận dụng được triệt để sức mạnh vốn có của cộng đồng Phật Giáo Việt Nam:

a/ Thực hiện đúng theo tinh thần giới luật mà Đức Phật đã thiết lập: Tổ chức bố-tát hàng tháng và an cư tập thể hàng năm. Đây là phương thức nền tảng nhất để xây dựng và phát huy tinh thần thanh tịnh và hòa hợp Tăng Già kể từ thời Đức Phật đến nay. Việc bố-tát và an cư sẽ tạo ra nhiều lợi lạc. Chẳng hạn, đó là cơ hội để tập thể Tăng Già ngồi lại với nhau trong tinh thần lục hòa và sách tấn, giúp đỡ lẫn nhau trên con đường tu tập và hành đạo; đây cũng là cơ hội để tập thể Tăng Già tạo sự hiểu biết và cảm thông nhau rồi đi đến sự bàn bạc và thống nhất các Phật sự cần thiết tại địa phương; đây thực sự là cơ hội để tập thể Tăng Già và qua đó là cộng đồng Phật Giáo Việt Nam tại địa phương tránh được tình trạng chia rẽ, phân hóa và chống đối nhau. Có thể lúc đầu không quy tụ hết được chư Tăng, Ni tại các chùa trong khu vực, nhưng lần hồi do ảnh hưởng thực sự của tinh thần thanh tịnh và hòa hợp Tăng Già sẽ lôi kéo được các Tăng, Ni chưa tham gia sẽ tham gia.

b/ Từ tinh thần thanh tịnh và hòa hợp Tăng Già qua việc tổ chức bố-tát và an cư như đã nói ở trên sẽ đưa tới việc chư Tăng, Ni và Phật tử tại một khu vực, có thể là trong một thành phố hay nhiều thành phố trong một quận, cùng nhau tổ chức các khóa tu học Phật Pháp hay các buổi lễ chung vào các dịp Lễ Phật Đản, Lễ Vu Lan, v.v… Thực hiện những buổi lễ chung với sự tham dự của tất cả mọi thành phần công chúng như vậy không những là cách hữu hiệu để tạo sức mạnh đoàn kết trong cộng đồng người Việt tị nạn mà còn có thể giới thiệu đến người

Mỹ gồm tất cả các sắc dân biết được nét đặc thù của truyền thống văn hóa dân tộc và Phật Giáo Việt Nam.

2/Bảo tồn và phát huy văn hóa: Chùa là nơi không phải chỉ để hành trì Phật Pháp mà còn là nơi để duy trì và phát huy nền văn hóa đặc thù của người Việt qua nhiều lãnh vực. Chẳng hạn, chùa là nơi duy trì các lễ hội lớn của người Việt như Tết Nguyên Đán, Rằm Tháng Giêng, Rằm Tháng Bảy hay Lễ Vu Lan Báo Hiếu. Không có chùa thì những lễ hội truyền thống này sẽ bị mai một. Chùa còn là nơi giúp cộng đồng người Việt xa quê cảm nhận được sự ấm áp và thân yêu của tình đồng bào, đồng hương, đồng đạo để không cảm thấy bị cô đơn, lạc lõng giữa nền văn hóa phương Tây xa lạ! Còn nữa, khi một ngôi chùa được dựng lên trong một thành phố hay trong một thị trấn nhỏ nào đó ở Mỹ thì đó là cách để giới thiệu với người Mỹ về Đạo Phật Việt Nam trên bình diện văn hóa qua kiến trúc để cho họ làm quen và lần hồi sẽ được cảm hóa.

Hình ảnh ngôi chùa và các lễ hội công cộng chỉ đóng góp phần nào đó vào công cuộc bảo tồn văn hóa đặc thù của Phật Giáo Việt Nam tại xứ người. Một phần đóng góp quan trọng khác để bảo tồn và vinh danh văn hóa Phật Giáo Việt Nam trong xã hội Mỹ là chúng ta phải mang văn hóa Phật Giáo Việt Nam vào lòng của nền văn hóa phương Tây, hay văn hóa Mỹ. Muốn làm được việc này thì chúng ta phải có đội ngũ Tăng, Ni và cư sĩ thông thạo tiếng Anh để thuyết giảng Phật Pháp và viết sách phổ biến trong thị trường sách báo ở Mỹ. Xin nhớ rằng ảnh hưởng to lớn của Thiền Sư Nhất Hạnh trong giới tri thức và người Mỹ chính yếu là nhờ các tác phẩm Anh ngữ mang nội hàm Phật Pháp của Thiền Sư được nằm trong danh sách best seller books. Ảnh hưởng khác của Thiền Sư Nhất Hạnh vào xã hội Tây phương là pháp môn chánh niệm, mà đã và đang được sử dụng rộng rãi trên khắp thế giới trong nhiều lãnh vực sinh hoạt để giúp giảm căng thẳng, sống an lạc.

Muốn cho người Mỹ cảm thấy thích thú đối với văn hóa Phật Giáo Việt Nam thì chúng ta phải có sản phẩm đặc biệt để giới thiệu cho họ. Người Mỹ là dân tộc thực dụng, bởi vậy khi làm điều gì đó họ đều nghĩ đến thành quả thấy được của nó. Thiền chánh niệm mang lại kết quả mà người Mỹ có thể thấy được liền: giảm căng thẳng, bớt khổ đau, sống hạnh phúc. Nhưng Phật Giáo Việt Nam có sản phẩm văn hóa gì đặc sắc để làm cho người Mỹ thích thú? Đây là vấn đề cần được chư Tăng, Ni và cư sĩ Phật Giáo Việt Nam nghiêm túc suy xét, nghiên cứu và giải đáp. Nơi đây, chúng tôi xin mạo muội nêu ra một suy nghĩ thô thiển của mình.

Pháp môn phổ biến nhất của Phật Giáo Việt Nam là tụng kinh. Hầu như mọi ngôi chùa đều có thời tụng kinh Tịnh Độ vào buổi tối, thời tụng Kinh Lăng Nghiêm và Thập Chú vào buổi khuya, các thời tụng Kinh cầu an, cầu siêu, v.v… Đây có thể nói là một trong những bản sắc văn hóa của Phật Giáo Việt Nam. Nhưng đã nửa thế kỷ qua tại sao người Mỹ vẫn chưa cảm thấy thích thú với phương pháp tụng kinh này, dù họ đã từng hơn một lần tham dự vào một thời tụng kinh nào đó? Câu trả lời không khó lắm: vì người Mỹ chưa thấy hiệu quả tức thì của việc tụng kinh.

Câu hỏi theo sau là liệu việc tụng kinh có mang lại lợi ích thấy được chăng? Câu trả lời là có. Tụng kinh bao hàm thiền chánh niệm, nếu thiền chánh niệm mang lại hiệu quả có thể thấy được thì tụng kinh đương nhiên mang lại lợi ích có thể thấy được. Hơn nữa, tụng kinh không những bao hàm thiền chánh niệm mà còn bao gồm pháp môn tu Giới, Định và Tuệ. Khi tụng kinh thân ngồi yên một chỗ, miệng tụng đọc lời kinh, ý suy tư ý nghĩa của kinh tức là kiểm thúc ba nghiệp thân, khẩu và ý thì đó chính là Giới. Khi tụng kinh tâm tập trung vào lời kinh không để tạp niệm khởi lên thì đó là Định. Khi tụng kinh để tâm tư duy ý nghĩa lời kinh sẽ thâm nhập vào lời Phật dạy để mở tâm và trí thì đó là Tuệ. Vấn đề là xưa nay Thầy Tổ trong Phật Giáo Việt Nam không để tâm vào việc quảng bá lợi ích của việc tụng kinh nên không giải thích kỹ cách tụng kinh thế nào. Trong nghi thức tụng kinh cũng cần để ý đến tư thế ngồi của thân thể, cách thở ra vào như thế nào, cách phát âm ra sao để giúp cho tâm được thanh tịnh, cách đánh chuông, mõ, khánh, đẩu như thế nào để tạo âm thanh hòa điệu làm cho người nghe dễ lắng tâm, cách suy nghiệm lời kinh làm sao để thâm nhập vào ý chỉ của Phật. Làm đúng được những cách này thì một thời tụng kinh nửa tiếng hay một tiếng đồng hồ sẽ tức thì có hiệu quả cụ thể cho người trì tụng.

Còn một việc nữa, mỗi thời tụng kinh theo truyền thống thiền môn Việt Nam đều kéo dài cả tiếng đồng hồ hay lâu hơn nữa. Đối với người Mỹ và giới trẻ thì điều này sẽ là một trở ngại để họ có thể tham dự trọn vẹn một thời kinh trong tinh thần an lạc. Cho nên, chư tôn đức Tăng, Ni cần điều chỉnh thời lượng các khóa trì tụng kinh chú để cho người Mỹ và giới trẻ cảm thấy thoải mái tham dự.

Đến đây thì trách nhiệm của Phật Giáo Việt Nam là phải giảng giải và hướng dẫn cho Phật tử Việt cũng như người Mỹ hiểu và thực hành đúng cách tụng kinh như thế nào để họ cảm nhận được hiệu quả tức thì sau mỗi thời tụng kinh. Đó là một trong nhiều cách giới thiệu nền văn hóa đặc thù của Phật Giáo Việt Nam cho người Mỹ.

3/Dạy tiếng Việt: Mỗi dân tộc đều có ngôn ngữ riêng của mình để diễn đạt qua lời nói hay viết xuống thành chữ. Ngôn ngữ là phương tiện hữu hiệu để phát huy và bảo tồn nền văn hóa của một dân tộc. Đánh mất ngôn ngữ của riêng mình thì dân tộc đó tự đánh mất nền văn hóa quý báu của họ. Chính vì vậy giữ gìn tiếng Việt là việc vô cùng hệ trọng đối với mọi người Việt tị nạn sống trong một đất nước không phải là quê cha đất mẹ của mình.

Đối với thế hệ tị nạn đầu tiên định cư ở Mỹ thì tiếng Việt là ngôn ngữ mẹ đẻ cho nên không cần phải học. Nhưng đối với các thế hệ con em là những người đến Mỹ lúc còn thơ ấu và những người được sinh ra và lớn lên ở Mỹ thì việc học tiếng Việt là quan trọng trong mục đích bảo tồn và phát huy nền văn hóa truyền thống của dân tộc và Phật Giáo Việt Nam. Vì vậy, song song với việc đào tạo đội ngũ thông thạo tiếng Anh để truyền bá Phật Pháp tại Mỹ, cộng đồng Phật Giáo Việt Nam không thể lơ là với việc dạy tiếng Việt cho thế hệ con em.

Đây không phải là điều mới lạ, bởi vì trong nửa thế kỷ qua cộng đồng người Việt tị nạn nói chung và cộng đồng Phật Giáo Việt Nam tại Mỹ nói riêng cũng đã nỗ lực không ngừng nghỉ việc dạy tiếng Việt cho thế hệ kế thừa. Công tác này đã mang lại các thành quả rất đáng khích lệ, nhưng vẫn còn nhiều việc phải làm và nhiều nỗ lực phải thực hiện hơn nữa. Chúng tôi xin nêu ra vài điều như sau:

a/ Đừng sợ con em dở tiếng Anh: Các bậc cha mẹ người Việt hay lo lắng rằng nếu nói tiếng Việt với con em của mình nhiều quá sẽ làm cho chúng dở tiếng Anh. Thực tế là trẻ em dù có nói tiếng Việt toàn thời gian ở nhà vẫn giỏi tiếng Anh không thua kém bạn bè ở trường. Các nghiên cứu cho thấy các trẻ em biết nhiều ngôn ngữ thì sẽ làm cho chúng thông minh và học giỏi hơn. Trong tài liệu hướng dẫn các câu hỏi về việc trẻ em biết nhiều thứ tiếng có lợi hay hại "Young Children Learning Multiple Languages: Parent FAQs,"[1] cho biết rằng hơn 20% trẻ em tại Mỹ sử dụng một thứ tiếng khác với tiếng Anh tại nhà. Tài liệu cũng cho biết trẻ em biết nhiều thứ tiếng thì giữ được mối quan hệ chặt chẽ với gia đình, với nền văn hóa và cộng đồng hơn. Đồng thời các em biết nhiều thứ tiếng cũng cải thiện được sự giao tiếp, giỏi văn chương và toán.

b/ Vai trò của cha mẹ và gia đình: Muốn con em giỏi tiếng Việt thì cha mẹ và người thân trong gia đình phải đóng vai trò quan trọng trong việc luôn nói và dạy tiếng Việt cho chúng. Muốn làm được điều này thành công thì cần phải làm ngay từ khi con em của chúng ta vừa mới lọt lòng và bắt đầu tập nói. Đây chính là thời điểm rất tốt để tạo cho con em chúng ta cảm thấy nói và nghe tiếng Việt là tự nhiên. Tiếp theo, cha mẹ và

---

1 "Young Children Learning Multiple Languages: Parent FAQs," https://www.healthychildren.org.

người thân phải chủ động tạo môi trường nói, nghe, đọc và viết tiếng Việt cho con em của mình. Chẳng hạn, từ khi con cái mình còn nhỏ thì hãy tập cho chúng thói quen không những nghe và nói tiếng Việt mà còn đọc và viết tiếng Việt nữa. Bằng cách nào? Mỗi ngày cha mẹ đọc chuyện cổ tích thiếu nhi cho con cái mình nghe. Hướng dẫn cách đọc chữ Việt cho con cái và khuyến khích chúng đọc các chuyện cổ tích. Nếu cần khi chúng đọc được một chuyện, cha mẹ có thể thưởng tiền để chúng vui vẻ đọc tiếp. Khi con cái đã biết cách đọc và viết tiếng Việt, cha mẹ có thể nhờ con cái đánh máy một cuốn sánh mỏng nào đó, chẳng hạn cuốn truyện cổ Phật Giáo, và cho tiền thù lao đánh máy cho chúng.

Nói tóm lại, gia đình có thể biến thành trường học tiếng Việt đầu đời và cơ bản cho con cái của mình rồi sau đó mới tới trường học. Ở California nhiều trường học bậc tiểu học và trung học trong các khu vực có đông người Việt cư ngụ đã có chương trình dạy tiếng Việt như một ngôn ngữ thứ hai tùy chọn để giúp học sinh Việt Nam có cơ hội chính thức học tiếng Việt. Hơn nữa, từ lâu trong cộng đồng người Việt tị nạn tại California và nhiều tiểu bang khác đã có các lớp dạy tiếng Việt miễn phí cho con em.

4/ Đọc sách và sáng tác: Đọc sách và sáng tác là nhu cầu để duy trì và phát triển nền văn hóa mà chủ yếu là lãnh vực văn học. Không đọc thì sẽ không có chất liệu và động cơ để sáng tác. Nhưng một hiện tượng đáng lo ngại về tình hình đọc sách tại Hoa Kỳ mà đã được nữ ký giả người Mỹ Natalia Mesa ghi nhận vào đầu năm 2025 rằng do ảnh hưởng bởi thời đại kỹ thuật số, bởi khối lượng thông tin khổng lồ đã làm cho người

Mỹ ngày nay đọc ít sách hơn 30 năm trước.[1] Ký giả này còn cho biết thêm rằng trung bình một người Mỹ chỉ dành khoảng 26 phút để đọc sách mỗi ngày, trong khi họ lên internet và xem truyền hình tới 3 giờ mỗi ngày. Điều đáng chú ý khác là họ chỉ dành 55 giây để đọc một bài viết.

Với khuynh hướng đọc ít và nhanh như vậy sẽ làm cho người đọc không thể lặn sâu vào nội dung của bài viết và do đó cũng làm cạn dần nguồn tư duy và sáng tạo. Chắc chắn điều này sẽ tạo ra những thay đổi lớn lao trong lãnh vực văn hóa, tư tưởng và văn học. Chẳng hạn, khi có ít người đọc thì sẽ có ít người viết. Tương tự như vậy, khi chỉ thích đọc nhanh thì sẽ làm cho con người chỉ muốn viết thật ngắn như viết email vài hàng hay viết text vài chữ, v.v… Kết quả là những truyện dài, những cuốn tiểu thuyết dài, những bài khảo luận dài sẽ có ít người đọc. Khi độc giả càng ít thì sẽ làm cho người viết mất dần cảm hứng sáng tác. Cuối cùng là nguy cơ bế tắc của một nền văn học mà trong đó có nền văn học Việt Nam và văn học Phật Giáo Việt Nam.

Chính vì vậy, chư tôn đức Tăng, Ni và các nhà tri thức Phật Giáo, đặc biệt chư vị trú trì các ngôi chùa cần đặc biệt quan tâm đến việc tạo điều kiện và khuyến khích giới trẻ đọc sách và sáng tác. Lập thư viện tại các chùa và khuyến khích mọi người đọc sách, tổ chức các buổi đọc sách và giới thiệu sách, thi viết văn và làm thơ, v.v… là những cách có thể thực hiện được trong khả năng của một ngôi chùa. Ngoài ra, để giải quyết nan đề đọc

---

1 Natalia Mesa, "Is there a 'right' way to read?" www.nationalgeographic.com.

ít và nhanh, chúng ta có thể thực hiện các video clips có hình ảnh sống động bao gồm nội dung Phật Pháp hay các chuyện tích Phật Giáo ngắn gọn chừng năm bảy phút để đưa lên internet để mọi người có thể xem nhanh mà không cần phải đọc.

5/ Nuôi Dưỡng Gia Đình Phật Tử Việt Nam: Tương lai của một dân tộc hay của bất cứ một tổ chức nào đều trông cậy vào giới trẻ. Phật Giáo cũng không ngoại lệ. Tương lai của Phật Giáo Việt Nam tại Mỹ nói chung và tại California nói riêng nằm trong tay giới trẻ mà đại biểu là Gia Đình Phật Tử Việt Nam. Đây là tổ chức chính thống mang sứ mệnh giáo dục thanh, thiếu, đồng niên trở thành những người Phật tử có tín tâm kiên cố đối với Tam Bảo và là những viên gạch bền chắc góp phần đưa Phật Pháp vào từng gia đình và toàn xã hội.

Điều đáng quan tâm là khi du nhập vào thế giới Tây phương với nền văn hóa và ngôn ngữ khác biệt, tổ chức GĐPTVN không thể tránh khỏi những chướng duyên trong việc duy trì và phát triển. Chúng tôi biết rằng công tác giáo dục tuổi trẻ của GĐPTVN tại Mỹ không dễ dàng chút nào cả, mà những khó khăn dễ thấy là hoàn cảnh sống của các bậc cha mẹ, các huynh trưởng GĐPT phải làm việc vất vả suốt tuần để nuôi con hoặc phụ giúp gia đình, việc ngôn ngữ bất đồng, việc các em bận rộn học hành hay bị lôi cuốn vào các trò chơi giải trí, các nhóm bạn bè không sinh hoạt GĐPT, v.v…

Khi nhìn thấy giới trẻ, mà cụ thể là GĐPTVN là chiếc chìa khóa để mở cửa vào ngôi nhà tương lai của Phật Giáo Việt Nam, chư tôn đức Tăng, Ni và cư sĩ Phật tử các giới cần hết lòng hỗ trợ và tạo thuận duyên để hình thành và phát triển các đơn vị GĐPTVN tại địa phương. Để nuôi dạy giới trẻ, nhất là trẻ vị thành niên, chúng ta nên hiểu biết về sự phát triển tâm sinh lý của tuổi trẻ để có thể hỗ trợ một cách hữu hiệu thay vì tạo ra những điều phản tác dụng. Chẳng hạn, trẻ em thì thường đùa giỡn, phá phách, nghịch ngợm, cho nên người lớn phải biết khoan dung và nhẫn nại để tìm cách giáo dục làm cho chúng được cảm hóa bởi lòng từ bi và yêu thương hơn là trừng phạt và xua đuổi.

Từ đó chúng ta thấy rằng để có thể dạy dỗ và hướng dẫn cho các đoàn sinh trẻ tuổi, các huynh trưởng GĐPT cần phải được huấn luyện đầy đủ hoặc ít nhất cũng phải đáp ứng một số nhu cần tối thiểu về khả năng đối với giáo lý, kỹ năng, tâm lý và đạo đức. Đây không những là điều kiện để có thể thành toàn trách nhiệm giáo dục tuổi trẻ mà còn là yếu tố then chốt để tạo uy tín cho tổ chức GĐPTVN trong mục đích chiêu cảm và mở rộng nhiều hơn nữa số lượng tuổi trẻ tham gia sinh hoạt. Để làm điều đó, GĐPTVN cần quan tâm và nỗ lực nhiều hơn nữa vào việc tăng cường chất lượng và hiệu năng đào tạo các cấp huynh trưởng qua những khóa huấn luyện từ dưới lên trên.

Một yếu tố không kém phần quan trọng để giúp việc giáo dục tuổi trẻ của GĐPTVN tại Mỹ thành công là phần đóng góp của các phụ huynh. Sinh hoạt trong đoàn đội của GĐPT chỉ diễn ra trong vài ba giờ mỗi cuối tuần tại chùa, trong khi thời gian rất dài còn lại các em sống ở nhà và gần gũi suốt ngày với cha mẹ. Nếu các bậc phụ huynh tận tâm tận lực tiếp tay cho GĐPT trong việc giáo dục con em thì kết quả sẽ khả quan hơn rất nhiều. Vậy thì cha mẹ có thể giúp được gì? Trước hết, cha mẹ hãy làm gương cho con cái về việc làm tròn tư cách của một người Phật tử bằng cách giữ gìn đúng 5 giới mà mình đã thọ lãnh: Không sát sanh, không trộm cắp, không tà dâm, không nói dối, và không uống rượu. Thứ đến, cha mẹ thường xuyên thăm hỏi con em về việc học hành và sinh hoạt trong GĐPT ra sao. Thứ nữa, cha mẹ đừng bao giờ quên đưa con đến chùa vào mỗi cuối tuần để sinh hoạt GĐPT. Sau cùng, cha mẹ cần trao đổi thường xuyên với các huynh trưởng GĐPT có trách nhiệm hướng dẫn cho con cái của mình để tìm hiểu việc sinh hoạt của con cái và đồng thời để tham khảo cách giúp con em cải thiện khả năng học tập và cá tình tốt hơn.

Chư Tôn đức Tăng, Ni và Phật tử tham dự Lễ tưởng niệm Thiền sư Thích Nhất Hạnh tại chùa Phổ Từ, Hayward, California năm 2022.
(Ảnh: Võ Văn Tường)

VII

KẾT LUẬN

Sau nửa thế kỷ nhìn lại Phật Giáo Việt Nam tại tiểu bang California chúng ta không khỏi hoan hỷ và khích lệ trước những thành tựu quý báu mà chư tôn đức Tăng, Ni và Phật tử các giới đã nỗ lực không ngừng để thực hiện trong giai đoạn đầu của cuộc sống lưu cư trên xứ người. Ngày nay ở những nơi có cộng đồng người Việt tị nạn cư ngụ trên khắp tiểu bang California, chúng ta đều thấy hình bóng những ngôi chùa, thiền viện, tu viện, tịnh xá trang nghiêm hiện hữu. Những chốn Già-lam phạm vũ ấy là thành trì giữ Đạo, là nơi quay về nương tựa của bà con đồng hương người Việt có niềm tin Tam Bảo sống kiếp tha hương, là nơi bảo tồn và phát huy nền văn hóa truyền thống của dân tộc và Phật Giáo Việt Nam.

Tất cả đó đều là công lao khó nhọc của chư tôn đức Tăng, Ni và đồng bào Phật tử thuộc thế hệ tị nạn đầu tiên đến Tiểu Bang Vàng này. Họ đã hoàn thành xuất sắc việc xây dựng nền tảng cơ bản cho Phật Giáo Việt Nam tồn tại và phát triển lâu dài về sau.

Nhìn về tương lai, chúng ta thấy có ba việc quan trọng cần làm để Phật Giáo Việt Nam được tiếp tục phát triển: Một là tiếp tục công cuộc giữ gìn Đạo Pháp trong cộng đồng người Việt như đã làm từ trước tới nay. Hai là hướng mục tiêu truyền bá Phật Pháp cho thế hệ trẻ trong cộng đồng người Việt ở Mỹ nói chung và tại California nói riêng. Ba là hướng đến đối tượng là người Mỹ để quảng bá Chánh Pháp.

Với mục đích thứ nhất, chúng ta cần nhận thức rằng cộng đồng người Việt định cư tại California là lực lượng quần chúng căn bản mà Phật Giáo Việt Nam phải nhắm tới để giữ Đạo. Vì vậy, chúng ta cần tiếp tục các công tác Phật sự như xây dựng tín tâm, hướng dẫn tu học Phật Pháp, duy trì các truyền thống giá trị về đạo đức, văn hóa, tín ngưỡng và tự do dân chủ, và góp phần trong việc phát triển cộng đồng Phật Giáo Việt Nam ngày càng vững mạnh.

Với mục đích thứ hai, chúng ta cần tập trung hơn nữa việc giáo dục tuổi trẻ người Việt bằng tiếng Việt và tiếng Anh thông qua các phương tiện khoa học hiện đại hầu đáp ứng đúng nhu cầu và sở thích của giới trẻ để thế hệ con em của chúng ta hiểu và giữ được nguồn cội giống nòi và truyền thống văn hóa của dân tộc và Phật Giáo Việt Nam.

Với mục đích thứ ba, chúng ta cần ý thức rằng công tác truyền bá Phật Pháp trong nửa thế kỷ qua của Phật Giáo Việt Nam vẫn chưa thực sự nhắm đến các cộng đồng người Mỹ, ngoại trừ sự cố gắng rất đáng tán dương của một số Tăng, Ni Việt Nam tại một số chùa và đặc biệt là nỗ lực phi thường của Thiền Sư Nhất Hạnh đã thu hút được đông đảo giới trí thức Mỹ và phương Tây theo Đạo Phật. Nhưng để Phật Giáo Việt Nam tồn tại lâu dài trong xã hội Mỹ, chúng ta cần có những phương thức truyền bá Phật Pháp thích hợp với tư duy và nếp sống của người Mỹ. Để làm được điều này chúng ta cần có một kế hoạch được điều nghiên kỹ lưỡng và một đội ngũ nhân sự thông thạo tiếng Anh để đảm nhận vai trò của những sứ giả Như Lai.

Thành tâm cầu nguyện cho Phật Giáo Việt Nam được trường tồn tại Hoa Kỳ và tiểu bang California.

Lớp học Việt ngữ tại chùa Đức Viên, San Jose, California.
Ảnh: Võ Văn Tường

Sinh hoạt thiếu nhi tại Tu viện Pháp Vương, Escondido, California.

FIFTY YEARS OF THE DEVELOPMENT OF VIETNAMESE BUDDHISM IN CALIFORNIA

By Thích Từ Lực
and Tâm Huy Huỳnh Kim Quang
Translated into English
by Nguyên Giác Phan Tấn Hải

I

INTRODUCTION

The year 2025 marks the 50th anniversary (1975-2025) of Vietnamese refugees fleeing Communism to seek freedom in the United States. Among the first 125,000 to 130,000 Vietnamese refugees who arrived shortly after April 30, 1975, were many Buddhist monastics.[1]

One of the first states in the United States where Vietnamese refugees arrived was California, specifically at Marine Corps Base Camp Pendleton, located in San Diego County in Southern California. The initial Vietnamese refugees played a crucial role in shaping the Vietnamese refugee community in California.

As of 2023, there were approximately 2.4 million Vietnamese Americans residing in the United States, according to the U.S.

---

1 According to https://en.wikipedia.org/wiki/Vietnamese_Americans

Census Bureau.[1] Of this population, nearly 60% of Vietnamese refugees were born in Vietnam, while 40% were born in the United States. At that time, about 38% of all Vietnamese refugees in the United States lived in California, followed by Texas, which accounted for 14%. The largest concentrations of Vietnamese refugees were found in Orange County, Santa Clara County (Northern California), and Los Angeles County in California. Consequently, the total number of Vietnamese individuals living in California was approximately 912,000, representing 38% of the 2.4 million people.

According to the Pew Research Center[2], 37% of Vietnamese refugees in the United States identified as Buddhists at that time. This means that approximately 888,000 Buddhists were part of the Vietnamese refugee community in the U.S., with around 337,440 residing in California. However, these figures may not be entirely accurate. We collected the statistics in 2023, and the numbers may have changed as we approach mid-2025. Nonetheless, these figures provide a useful overview of the total population of Vietnamese individuals and Vietnamese Buddhists in the United States and California.

---

1 Jeanne Batalova, "Vietnamese Immigrants in the United States," October 10, 2023, www.migrationpolicy.org: "*The Vietnamese diaspora in the United States comprises nearly 2.4 million individuals, including those born in Vietnam and those with Vietnamese ancestry or ethnicity, according to the 2021 American Community Survey (ACS).*"

2 Besheer Mohamed and Michael Rotolo, "Religion Among Asian Americans," October 11, 2023, Pew Research Center.

Over time, since April 30, 1975, the number of monks and nuns settling in the United States has increased. They have arrived through various means, including sea and border crossings to escape Communism (from 1975 to 1989), the Orderly Departure Program (ODP), and the Humanitarian Operation (HO) (from 1980 to 1997), as well as through religious activities supported by pagodas and Buddhist organizations in the United States since the early years of the third millennium. These monks and nuns, regardless of their status, carry with them the mission of propagating the Buddha's Dharma and maintaining and promoting the cultural traditions of the Vietnamese people and Buddhism in foreign lands. This commitment has been the primary driving force behind the formation of Vietnamese Buddhist communities in the United States over the past half-century.

Compared to the Lạc Việt people's over 4,000 years of civilization, half a century is a relatively brief period. However, when considering the nearly 250 years since the founding of the United States, half a century accounts for one-fifth of that time. In other words, the presence of the Vietnamese Buddhist community in the United States, particularly in California, for half a century provides a significant opportunity to reflect on past achievements and to envision future directions.

Khóa tu Phật pháp dành cho trẻ em (năm 2018)
tại tu viện Huyền Không, San Jose
Ảnh: Võ Văn Tường

II

ESTABLISHMENT OF TEMPLES AND ORGANIZATIONS

To propagate the Dharma in a foreign land, one of the essential prerequisites is to establish a facility or temple. In Vietnamese Buddhist tradition, a temple is referred to as the Three Jewels (Buddha, Dharma, and Sangha). This signifies a place for worshiping the Buddha, disseminating the Buddha's teachings, and providing a residence for monks and nuns to preach and guide Buddhism in their study and practice.

When crossing the sea or the border in search of freedom and settling in America, monks and nuns, like all other Vietnamese refugees, arrived with nothing but empty hands. Consequently, establishing a temple during the early stages of settlement proved to be extremely challenging. The difficulties in building a temple encompassed several aspects: foremost, financial constraints, and secondly, the legal or licensing requirements imposed by local authorities to permit the establishment of a religious facility. This is why most monks and nuns begin their temple-building process by renting or purchasing a house to live in, gradually transitioning to raising funds and applying for a permit to construct a temple. However, obstacles frequently obstruct these steps from proceeding as desired. The most significant challenge is obtaining a permit to build a temple or converting the purchased property into an official place of worship, a process often referred to as transforming a residential house into a temple.

Just to highlight a few points, the monks and nuns who arrived in America as refugees during the early stages had to make significant sacrifices. They dedicated their mental fortitude, intelligence, and financial resources to establish a temple that was sufficiently equipped to fulfill their desire to propagate the Dharma in America.

According to Gary Laderman, Luis D. León,[1] and Charles S. Prebish,[2] there were approximately 165 Vietnamese temples in the United States as of 2003. However, a document from The Association of Religion Data Archives (ARDA)[3] indicates that there were about 270 Vietnamese temples in the United

---

1 Gary Laderman và Luis D. León, "Religion and American cultures," 2003.

2 Charles S. Prebish, "Buddhism—the American Experience," 2003.

3 "Vietnamese Buddhists Come to United States - Timeline Event," The Association of Religion Data Archives (ARDA), https://sandbox.thearda.com.

States as of 2000. Additionally, Venerable Thich Quang Minh, in his PhD thesis titled "Vietnamese Buddhism in America," presented at Florida State University in 2007, reported that there were approximately 279 Vietnamese Buddhist centers in the United States as of 2005.[1]

According to the list of Vietnamese pagodas in the United States, as detailed in the Lunar and Solar Calendar Comparison (Lịch Âm Dương Đối Chiếu) published by Minh Đăng Quang Temple in Westminster, Southern California, in 2012, there were approximately 337 Vietnamese pagodas across the country. However, as of 2025, this number has likely changed significantly, as the construction of new pagodas in the US has increased considerably over the past decade. Unfortunately, we do not have any statistics to provide an exact figure.

In Northern California, a preliminary survey indicates that there will be approximately 77 temples by 2025. The number of temples in Southern California is likely to exceed that in the North, as the Vietnamese population and Vietnamese Buddhists in this region are more concentrated than anywhere else in the United States. According to documents posted on the Hoa Vô Ưu website (www.hoavouu.com) by Venerable Thích Hạnh Tuệ, there were about 80 temples in Southern California as of 2010. This figure aligns with the number of Vietnamese temples listed on www.yelp.com, which also estimates that there will be

---

1 Trần Quang Thuận, "Phật Giáo Mỹ," Volume I, Trung Tâm Học Liệu Phật Giáo, California, USA, 2000.

around 80 temples by 2025. At least 20 temples are missing from the two websites' data. Therefore, we can reasonably assume that there are at least 100 temples in Southern California. By combining the number of temples in both Southern and Northern California, we can guess that there will be at least 180 Vietnamese pagodas throughout the entire state of California.

Before Vietnamese refugees settled in the United States, a Vietnamese Buddhist monk was present to teach at the University of California, Los Angeles (UCLA) and promote Buddhism. The late Venerable Thích Thiên Ân (1925-1980) was the first Vietnamese monk to establish a temple and build a Buddhist facility in the United States. In 1976, Venerable Thích Thiên Ân founded the Chùa Việt Nam in Los Angeles. He also established the International Buddhist Meditation Center (IBMC) in 1970. In October 1973, he opened the University of Oriental Studies to teach Oriental philosophy and Buddhist studies to American students, as noted by Professor Trần Quang Thuận in the book "Phật Giáo Mỹ" ("American Buddhism"). According to Venerable Thích Nữ Như Ngọc, Venerable Thích Thiên Ân also established the A Di Đà Pagoda in Los Angeles in 1976 and served as the abbot of the first nunnery in the United States until his death in 1980. Venerable Thích Mãn Giác succeeded him as abbot of A Di Đà Pagoda until 1992, when he relocated the pagoda to Westminster and appointed Venerable Thích Nữ Như Ngọc as abbess.

Among the first Vietnamese refugees to arrive in the United States immediately following April 30, 1975, were Vietnamese Buddhist monks and nuns, including Most Venerable Thích

Thanh Cát, Most Venerable Thích Thanh Đạm, Most Venerable Bồ Đề, Most Venerable Tường Vân, and Senior Nun Thích Nữ Như Chánh.

In Northern California, in 1976, Venerable Thích Thanh Cát established Giác Minh Pagoda in Palo Alto, which is likely the first Vietnamese Buddhist temple in the region. In 1977, Kim Quang Pagoda was founded by some lay Buddhists in Sacramento under Ven. Thich Tinh Tu's spiritual leadership. Temples constructed in the early 1980s include Đức Viên Pagoda, established by Venerable Đàm Lựu in San Jose in 1980; Pháp Duyên Tịnh Xá, founded by Venerable Thích Giác Luong in San Jose in 1982; Diệu Quang Pagoda, established by Venerable Thích Nữ Diệu Từ in Sacramento in 1982; and Kim Sơn Monastery, founded by Venerable Thích Tịnh Từ in Watsonville in 1983.

In Southern California, Vinh Nghiem Pagoda was founded in 1976 by Ven. Thich Minh Thong in Pomona. However, the first Vietnamese temple established in the heart of the Vietnamese refugee community in Santa Ana was the Trúc Lâm Yên Tử Temple, built in early 1978. According to Most Venerable Thích Minh Nguyện,[1] this temple has been overseen by four generations of abbots: Most Venerable Thích Lương Sơn, Most Venerable Thích Tường Vân, Most Venerable Thích Trí Viên, and Most Venerable Thích Minh Nguyện, who has served from

---

1 Bình Sa, "Chùa Trúc Lâm Yên Tử, Ngôi Chùa Đầu Tiên Của Người Việt Tỵ Nạn Tại Quận Cam," www.vietbao.com.

1986 to the present (2025). Following this is the Minh Đăng Quang Monastery, founded by Most Venerable Thích Giác Nhiên in 1978 in Westminster. Located in the southernmost part of California is the city of San Diego, where the Vạn Hạnh Temple was established by Most Venerable Thích Trí Chơn in 1978. Temples founded in 1982 include Huệ Quang Temple, established by Most Venerable Thích Minh Mẫn in Santa Ana; Hoa Nghiêm Monastery, founded by Most Venerable Thích Pháp Tánh in Santa Ana; and Dược Sư Temple, established by Venerable Thích Nữ Như Hòa in Garden Grove.

Moreover, in the year 2000, Zen Master Nhat Hanh and the Plum Village monastic community established Deer Park Monastery (Tu Viện Lộc Uyển) in the city of Escondido in Southern California, where they nurtured the seeds of mindfulness practice in the United States, continuing the flow of wisdom and compassion in modern life. According to Wikipedia, "Deer Park Monastery is a 400-acre (1.6 km^2) Buddhist monastery located in Escondido, California. It was founded in July 2000 by Zen Master Thich Nhat Hanh, together with monastics and lay practitioners from the Plum Village Tradition. The monastery operates under the direct guidance of Zen Master Thich Nhat Hanh and the Order of Interbeing in the Vietnamese Zen tradition."[1]

---

1 Deer Park Monastery, https://en.wikipedia.org/wiki/Deer_Park_Monastery.

Above, we have only listed a few temples that were established during the early years of the Vietnamese Buddhist community's settlement in Southern and Northern California. In the subsequent years, many more temples were founded, and it is not possible to list them all in this brief article.

In addition to constructing facilities and temples for the study and practice of Buddhism, the first generation of monks and nuns who settled in the United States established religious organizations to collaborate on Buddhist activities. Their efforts aimed to propagate the Dharma and preserve and promote Vietnamese cultural traditions and Buddhism in foreign lands.

Regarding organization, the Association of Vietnamese Buddhist Friends in the United States (Hội Ái Hữu Phật Giáo Việt Nam tại Hoa Kỳ) was founded by Most Venerable Thích Thiên Ân in 1976 in Los Angeles. This organization was later renamed the Vietnamese Buddhist Fellowship in the United States (Hội Liên Hữu Phật giáo Việt Nam Tại Hoa Kỳ). In December 1978, the Vietnamese United Buddhist Church (Tổng Hội Phật giáo Việt Nam) was established, with Most Venerable Thích Thiên Ân serving as Chairman of the Board of Directors, Most Venerable Thích Mãn Giác as Chairman of the Executive Board, and Professor Trần Quang Thuận as Secretary General, as noted by Professor Trần Quang Thuận in "Phật Giáo Mỹ" ("American Buddhism"). The International Sangha Bhikshu Buddhist Association (Giáo Hội Phật Giáo Tăng Già Khất Sĩ Thế Giới) was founded in 1978, with Most Venerable Thích Giác Nhiên as Dharma Chairman. In the 1980s, the Unified Buddhist Church of Vietnam (Giáo Hội Phật Giáo

Việt Nam Thống Nhất) was established under the leadership of Most Venerable Thích Đức Niệm, Most Venerable Thích Trí Chơn, and others.

In 1983, the Leadership Council of the Unified Vietnamese Buddhist Church Overseas (Hội Đồng Lãnh Đạo Giáo Hội Phật Giáo Việt Nam Thống Nhất Hải Ngoại) was established to coordinate Buddhist activities abroad. This council comprised senior dignitaries of the Unified Vietnamese Buddhist Church (GHPGVNTN) from Vietnam who had taken refuge, including Most Venerable Thích Tâm Châu, Most Venerable Thích Tắc Phước, Most Venerable Thích Mãn Giác, Most Venerable Thích Thiền Định, Most Venerable Thích Hộ Giác, and Most Venerable Thích Huyền Vi, among others. In 1984, Most Venerable Thích Tâm Châu founded the Vietnamese World Buddhist Order (Giáo Hội Phật Giáo Việt Nam Trên Thế Giới). The Inter-Sect Buddhist Church in the United States (Giáo Hội Phật Giáo Liên Tông Tại Hoa Kỳ) was established in 1991 under the leadership of Most Venerable Thích Thanh Cát and Most Venerable Thích Chơn Thành, among others.

In September 1991, the Elder Venerable Elder Thích Đôn Hậu, Chief Secretary of the Executive Committee of the Unified Buddhist Sangha of Vietnam, sent a Heartfelt Letter urging the Venerable Monks and Nuns abroad to set aside their differences for the future of the Unified Buddhist Sangha of Vietnam, both domestically and internationally. He called for them to unite in a spirit of mutual understanding, respect, teaching, and repentance, as emphasized in Buddhist teachings, to establish the Unified Buddhist Sangha of Vietnam Overseas.

In response to the call of the Most Venerable Elder Thích Đôn Hậu, the esteemed monks and nuns in the United States mobilized to organize a congress aimed at establishing the Unified Vietnamese Buddhist Congregation Overseas in the United States (Giáo Hội Phật Giáo Việt Nam Thống Nhất Hải Ngoại Tại Hoa Kỳ -- with shortened form as GHPGVNTNHN/ Hoa Kỳ) in September 1992 in San Jose, Northern California. The GHPGVNTNHN/Hoa Kỳ was led by Most Venerable Thích Hộ Giác as the Chair of the Executive Council, Most Venerable Thích Đức Niệm as the Chair of the Representative Council (which was later renamed the Council of Clergy), Most Venerable Thích Thiện Trì as the Chair of the Council of Discipline, and Most Venerable Thích Phước Thuận as the Chair of the Supervisory Council.

In 2008, the Vietnamese American United Buddhist Congregation (Giáo Hội Phật Giáo Việt Nam Thống Nhất Hoa Kỳ) was established, with Most Venerable Thích Trí Chơn serving as the Chair of the Executive Council and Most Venerable Thích Thắng Hoan as the Executive Council leader. In 2014, the Overseas Vietnamese Unified Buddhist Sangha (Tăng Đoàn GHPGVNTN Hải Ngoại) was founded, with Most Venerable Thích Viên Lý as the Chair of the Executive Council, among others.

There are also local Buddhist associations, such as the Vietnamese Buddhist Youth Associations in the United States (Gia Đình Phật Tử Việt Nam tại Hoa Kỳ), along with Buddhist layperson organizations and Dharma schools located in temples throughout California. For instance, the General Association of Vietnamese Buddhist Laypersons in the United States (Tổng Hội Cư Sĩ Phật Giáo Việt Nam Tại Hoa Kỳ) was established by layperson Quảng Phước Huỳnh Tấn Lê in the early 1990s. Additionally, the Orange County Laypersons Association (Hội Cư Sĩ Orange County) was founded by layperson Nguyên Lượng, and the Torch of Wisdom Buddhist Association (Hội Phật Học Đuốc Tuệ) was established by layperson Mật Nghiêm Đặng Nguyên Phả in 2003, among others.

III

TO STUDY, PRACTICE, AND PROPAGATE DHARMA

Studying, practicing, and propagating the Dharma is the ultimate aspiration of all Buddhists, both monastic and lay. If one does not study and practice according to the precepts and the teachings of the Buddha, one cannot be considered a true Buddhist. Having personally experienced the miraculous power of the Buddha Dharma in alleviating the suffering of both body and mind, failing to share that transformative medicine with the world to help all beings escape suffering renders one unworthy of being called a disciple of the Tathagata.

Cultivation can be practiced within the everyday life of a Buddhist. To become a true lay Buddhist, it is essential to take refuge in the Three Jewels: the Buddha, the Dharma, and the Sangha, and to adhere to the Five Precepts, which are no killing, no stealing, no sexual misconduct, no lying, and no consumption of alcohol. In addition to taking refuge in the Three Jewels and following the Five Precepts, lay Buddhists should also study the teachings of the Buddha, which are compiled and translated in the Tripitaka, consisting of the Sutra, Vinaya, and Abhidharma. By taking refuge in the Three Jewels, one can cultivate the right faith. Observing the Five Precepts helps to restrain the three karmas—body, speech, and mind—from engaging in unwholesome thoughts, words, and actions. Studying the Dharma fosters wisdom, enabling individuals to dispel the darkness of ignorance in their minds and awaken to the true nature of all things.

Cultivation can also be practiced within the monastic life of a monk or nun. This lifestyle helps practitioners avoid entanglement in worldly family affairs, allowing them to concentrate their energy on the pursuit of liberation in this life. Renunciation involves more than simply donning the robes of a monk; it requires undergoing a process of learning and receiving guidance from a teacher who possesses sufficient virtue and wisdom. From this teacher, the ordained individual can initially receive permission to observe the precepts, officially becoming a novice monk by receiving ten precepts. Subsequently, they can become a bhikkhu, receiving 250 precepts for men and 348 precepts for women according to the Northern tradition. Those who have not received the bhikkhu precepts, even if they wear the monk's robes, are not yet considered members of the Sangha, as established by the Buddha's teachings. In addition to observing the precepts, the ordained individual must also study the Sutras, Vinaya, and Abhidharma extensively to apply these teachings in their daily practice and to effectively teach and guide others in studying the Buddha's Dharma.

In the Vietnamese refugee community in the United States, particularly in California, the number of individuals aspiring to become monks and nuns remains quite small. This is especially true for young people born and raised in the United States, for whom the opportunity to pursue monastic life is even rarer. There are few monks and nuns who have taken on disciples among the youth who have chosen this path in the United States. Prior to the year 2000, there was significant concern regarding the lack of young individuals willing to become monks and nuns, which posed a challenge for the succession of the first generation of refugee monks and nuns who served as messengers of the Tathagata in carrying out his work. However, since 2000, the movement to sponsor young monks and nuns from Vietnam to settle in the United States has gained significant popularity, alleviating concerns about the lack of successors.

Once monks and nuns accept disciples to become new monastics, it becomes essential to guide them in their studies and practices, provide them with precepts, and organize ordination ceremonies to transmit these precepts.

- Professor Trí Siêu Lê Mạnh Thát, during his 2013 visit to the Chùa Việt Nam Temple in Los Angeles, recounted how the Most Venerable Thích Thiên Ân established an ordination platform in 1974 to instruct his American lay and monastic disciples in the precepts. This platform included six candidates who received the Full Precepts and two candidates who received the Novice Precepts, with Master Trí Siêu Lê Mạnh Thát serving as the host. This event marked the first ordination platform in California and the United States, conducted by a Vietnamese monk (Most Venerable Thích Thiên Ân) in accordance with the Vietnamese Sangha tradition.

- In August 1976, a delegation of Buddhist nuns from Fo Guang Shan in Taiwan visited Los Angeles to seek a location for establishing a temple. During this time, Venerable Thích Thiên Ân invited them to ordain Bhikkhuni Karuna Dharma (Thích Nữ Ân Từ). As a result, Bhikkhuni Karuna Dharma became the first American nun to receive full ordination in accordance with the Vietnamese Buddhist tradition in the United States.[1]

- According to the document "Thiện Hòa Great Ordination Platform (USA)" by Kiêm Đạt,[2] the Thiện Hòa Great Ordination Platform took place from September 2 to 4, 1983, at the International Buddhist Institute in North Hills, California, USA. This event marked the first large-scale Great Ordination Platform held since Vietnamese refugees arrived in the United States in 1975. During this ordination, three individuals received Full Precepts, eleven received Novice Precepts, one received Female Novice Precepts, and twenty-seven received Bodhisattva Precepts. The Ten Masters include

---

1 See "The I.B.M.C. Grand Ordination was held on December 11, 2004 in the Korea town section of Los Angeles California," www.urbandharma.org.

2 Kiêm Đạt, "Đại Giới Đàn Thiện Hòa (Hoa Kỳ)," 1983, www.quangduc.com.

Most Venerable Thích Huyền Vi (Head Monk), Most Venerable Thích Thiền Định (Yết-ma A-xà-lê), Most Venerable Thích Đức Niệm (Giáo giới A-xà-lê), Most Venerable Thích Thiện Thanh (First Venerable Witness), Most Venerable Thích Thắng Hoan (Second Venerable Witness), Most Venerable Thích Minh Tâm (Third Venerable Witness), Most Venerable Thích Trí Chơn (Fourth Venerable Witness), Most Venerable Thích Nguyên Đạt (Fifth Venerable Witness), Most Venerable Thích Thiện Trì (Sixth Venerable Witness), and Most Venerable Thích Bảo Lạc (Seventh Venerable Witness). The Witness for the Great Ordination Platform is Most Venerable Thích Mãn Giác.

- In 1985, the Vietnamese United Buddhist Church (Tổng Hội Phật giáo Việt Nam) in the United States organized the Great Vow Ordination Ceremony (Giới Đàn Đại Nguyện) at Kim Quang Temple in Sacramento, California. During this ceremony, six candidates received the Full Precepts, while two candidates received the Novice Precepts.

- The International Buddhist Meditation Center (Trung Tâm Thiền Phật Giáo Quốc Tế), founded by the Most Venerable Thích Thiên Ân in 1970, established two ordination platforms. The first was held in 1994 and organized by Bhikkhuni Karuna Dharma, the abbess of the International Buddhist Meditation Center in Los Angeles. The Bhikkhu ordination ceremony was organized by Venerable Havanpola Ratanasara, serving as the Chief Elder Monk, while the Bhikkhuni ordination ceremony was led by Venerable Thích Nữ Ân Từ, who acted as the Chief Elder Nun. Numerous Asian monks and nuns were invited to participate in the ceremonies. The second ordination, held in

2004, was organized by Venerable Thích Nữ Ân Từ, who invited Venerable Thích Mãn Giác to serve as the Chief Elder Monk for the Bhikkhu ordination, with Venerable Thích Nữ Ân Từ again presiding as the Chief Elder Nun. The ten masters include monks and nuns from three Buddhist traditions: Theravada, Mahayana, and Vajrayana. Among them are Vietnamese nuns such as Venerable Thích Nữ Diệu Từ, Venerable Thích Nữ Như Ngọc, and Venerable Thích Nữ Tiến Liên.[1]

When the Buddha was alive, he taught the monks and nuns to regularly gather in peace and harmony to recite the Vinaya they had received. During these gatherings, they would also spontaneously repent or listen to the monks point out the mistakes they had made. These recitations of the Vinaya are known as uposatha. This tradition has been upheld by monks and nuns from the time of the Buddha to the present day.

Monks and nuns in Northern California have been conducting the monthly Uposatha ceremony for over 30 years and continue to do so. Similarly, monks and nuns in Southern California, particularly in the San Diego area, have also been performing this monthly ceremony for many years.

Also, with the aim of preserving the noble Vassa tradition that has existed since the time of the Buddha, monks and nuns in Northern California have organized the Congress of Vassa Program for three months each summer. This program, which adheres to tradition, gathers over 120 monks and nuns

---

1 See Note (9).

who rotate through various temples in the area. Additionally, the Unified Vietnamese Buddhist Congregation of the United States (GHPGVNTNHK) has organized 10-day Vassa courses in both Southern and Northern California for many years, attracting approximately 200 monks and nuns.

In the spirit of supporting Buddhists in their practice, most temples organize monthly retreats focused on the Eight Precepts, as well as special retreats on various occasions throughout the year. Additionally, temples offer weekly chanting sessions and sutra lectures to help Buddhists learn and practice in accordance with the Buddha's teachings, providing them with inner strength for their spiritual journey.

Since 2011, the Vietnam Buddhist Sangha has organized annual North American Buddhist retreats and study courses in California and other states, with participant numbers sometimes reaching five to seven hundred monks, nuns, and lay Buddhists. These retreats and study courses last for four days and include programs such as listening to the Dharma, sitting in meditation, chanting sutras, practicing walking meditation, and reciting the Buddha's name for both adults and children.

In addition to the previously mentioned study programs for monks, nuns, and Buddhists, the Northern California Buddhist Community collaborates to organize celebrations for Buddha's Birthday. These festivities began with the first event in 1991 at Independence High School in San Jose. In Southern California, the Unified Vietnamese Buddhist Congregation of the United States has organized the annual Vesak Celebration since

1993, and later, since 2009, the Unified Vietnamese Buddhist Congregation in the United States has continued this tradition. The celebration honors the day Shakyamuni Buddha appeared in the world with the powerful vow to save all living beings and aims to introduce Vietnamese Buddhist culture to the local American community. These Vesak celebrations often attract thousands of attendees.

One of the essential conditions for expanding the efforts to propagate the Dharma is to establish a team of lecturers composed of venerable monks and nuns who are capable of teaching the Dharma and guiding the Buddhist community in their practice. This necessity led to the formation of the Overseas Vietnamese Buddhist Lecturers' Association during a meeting held on the evening of September 2, 1983, coinciding with the attendance of monks and nuns from all continents at the Thiện Hòa Great Ordination Platform. The meeting took place at Phật Tổ Temple in Long Beach City, Southern California, USA, as noted by Kiêm Đạt (1983).

The meeting established the Executive Board of the Overseas Vietnamese Buddhist Sangha, which includes Venerable Thích Đức Niệm and Venerable Thích Thiện Thanh (USA), Venerable Thích Minh Tâm (Europe), Venerable Thích Bảo Lạc (Australia), Venerable Thích Tịnh Hạnh (Asia), and Venerable Thích Thiện Nghị (Canada). The temporary headquarters is located at Phật Tổ Pagoda in Long Beach, California.

In the pursuit of propagating the Dharma, Kim Sơn Monastery has played a significant role since Zen Master Nhất

Hạnh began teaching meditation to Vietnamese Buddhists in the United States in 1986. Each year, the monastery hosted two retreats—one for monks and nuns and another for lay Buddhists—each lasting five days. The atmosphere during these retreats was highly uplifting, and the outcomes were remarkable. As a result, the movement of practicing mindfulness among the four groups, particularly among the youth, has flourished for nearly 40 years. Lộc Uyển Monastery was established in 2000, building upon these achievements. Additionally, monks and nuns in Northern California organized a retreat and training course for Dharma Propagation Personnel from September 30 to October 2, 1994, at Kim Sơn Monastery, which saw the participation of 53 Buddhists.

In order to expand the efforts of propagating the Dharma overseas during the advanced era of social media, particularly with the goal of disseminating the Buddha's teachings to the youth, Most Venerable Thích Tuệ Sỹ encouraged monks, nuns, and laypeople to promote the establishment of the Dharma Propagation Council. Consequently, the Dharma Propagation Council of the Unified Buddhist Sangha of Vietnam was established in May 2021, receiving support from the Supreme Patriarchate of the Unified Buddhist Sangha of Vietnam.

The executive staff of the Dharma Propagation Council includes Most Venerable Thích Tuệ Sỹ as the Executive Advisor, Most Venerable Thích Như Điển as Chief Secretary, and Most Venerable Thích Nguyên Siêu and Most Venerable Thích Bổn Đạt as Deputy Secretaries. The council also comprises the Translation and Writing Committee, the Doctrinal Propagation

Committee, the Press and Publishing Committee, and the Supporting Committee. Most Venerable Thích Thái Siêu served as the Head of the Doctrinal Propagation Committee of the Dharma Propagation Council and as the Head of the Doctrinal Propagation Committee in the United States. Following the passing of Most Venerable Thích Thái Siêu in March 2022, the Dharma Propagation Council elected Most Venerable Thích Nguyên Siêu to succeed him as the Head of the Doctrinal Propagation Committee in the United States.

Since its establishment, the Dharma Propagating Council has organized two Zoom conferences to announce completed Buddhist activities and propose upcoming initiatives. Notably, over the past three years, the Council has facilitated dozens of online Dharma lectures and study courses at temples worldwide. The Dharma Propagating Council has also put out many books about Buddhism. One of the most popular is the Thanh Văn Tang series, which has 34 volumes of Sutras, Vinayas, and Abhidharmas. It was released in two batches as part of the Vietnamese Tripitaka translation project by the Central Translation Committee, with help from the Sangharaja Institute of the Unified Buddhist Sangha of Vietnam.

IV

CULTURE AND EDUCATION

"Culture is the sum total of the social behaviors, institutions, and norms developed in human societies, along with the perceptions, beliefs, arts, laws, customs, capabilities, attitudes, and habits of the individuals within these groups," defined British anthropologist Edward Burnett Tylor (1832-1917) in his work "Primitive Culture."[1]

In general, as defined by the Cambridge English Dictionary, "Culture is a way of life."[2] People express this way of life through both material and spiritual forms. In other words, culture encompasses both material culture and intangible culture. Material culture includes elements such as architecture, eating

---

1 Edward Tylor, "Primitive Culture," Vol 1, New York, 1871.

2 Read here: https://dictionary.cambridge.org/us/dictionary/english/culture.

habits, and fashion. Despite their significance, these aspects of culture often fail to endure, instead undergoing erosion or destruction over time. Spiritual culture, encompassing beliefs, philosophies, languages, ideas, literature, and more, can endure for centuries. A prime example is the teachings of the Buddha, which have persisted for over twenty-five centuries. In contrast, many Buddhist structures, such as Tinh Xá Kỳ Hoàn from the Buddha's era and Trung Tâm Luy Lâu in Vietnam, have fallen into disrepair, leaving only remnants behind.

Thus, maintaining and promoting culture is essential for preserving the unique identity of a nation and its religion, particularly in the context of spiritual culture. Reflecting on the over two-thousand-year history of Buddhism in Vietnam, we can observe that the Buddha's teachings—such as impermanence, suffering, emptiness, non-self, nirvana, liberation, enlightenment, cause and effect, and karma—have endured across time. Notably, the verse recited before the death of Zen Master Vạn Hạnh (938–1018)[1] continues to be circulated to this day.

---

1 Lê Mạnh Thát, "Lịch Sử Phật Giáo Việt Nam" Volume 2. The verse is as follows:

Thân như điện ảnh hữu hoàn vô

Vạn mộc xuân vinh thu hựu khô

Nhậm vận thịnh suy vô bố úy

Thịnh suy như lộ thảo đầu phô.

Translated into Vietnamese by Professor Lê Mạnh Thát as follows:

Thân như bóng chớp có rồi không

When the monks and nuns settled in California, they established numerous temples to practice their faith. Most of these temples were constructed in the architectural style of those in Vietnam, thereby implicitly representing the cultural identity of Vietnamese Buddhism through the artistic expression of a foreign land. Similarly, the rituals, styles of dress, and types of food embraced by Vietnamese monks, nuns, and Buddhists in the United States also reflect the cultural heritage of the Vietnamese people and traditional Buddhism.

When talking about culture, it is impossible not to mention literature. After settling in California in the late 1970s, many Buddhist monks, nuns, and laypeople who were poets, writers, and journalists continued or started writing. Among those Buddhist writers and poets are Thích Thiên Ân (1925-1980), Thích Mãn Giác (poet Huyền Không, 1929-2006), Thích Duy Lực (1923-2000), Thích Giác Nhiên (pen name Toàn Chân, 1923-2015), Thích Trí Chơn (1933-2011), Thích Thắng Hoan (1928-2024), Thích Đức Niệm (pen name Thiền Đức, 1937-2003), Thích Giác Đức, Thích Giác Lượng (poet Tuệ Đàm Tử,

---

Cây cỏ xuân tươi thu não nùng
Theo vận thịnh suy không hãi sợ
Thịnh suy đầu cỏ tợ phơi sương.
Translated into English by Nguyên Giác as follows:
The body is akin to a flash of lightning—present and then vanished.
Plants and trees are vibrant in spring and withered in autumn.
Live the cycle of rise and fall without fear,
for they are akin to dew resting on the tip of a blade of grass.

1935-2020), Thích Minh Đạt, Thích Tịnh Từ, Thích Tín Nghĩa, Thích Nguyên Siêu, Thích Quảng Thanh (poet Thanh Tri1 Cao, 1951-2019), Thích Hạnh Tuấn (1956-2015), Thích Viên Lý, Thích Minh Dung, Thích Nguyên Tâm, Thích Từ Lực, Thích Thiện Long (poet Hàn Long Ẩn), Thích Chúc Hiền, Thích Nhuận Hùng, Thích Nữ Giới Hương, Thích Nữ Tịnh Quang, Thích Nữ Huệ Trân, etc.

Buddhist writers and poets in California include Nghiêm Xuân Hồng (1920-2000), Trần Ngọc Ninh, Phạm Công Thiện (1941-2011), Nhã Ca, Đỗ Quý Toàn, Viên Linh (1938-2024), Lê Thái Ất (pen name Duyên Hạc, 1928-2013), Nguyễn Văn Sâm, Trần Quang Thuận (1930-2017), Bùi Ngọc Đường, Hồng Quang, Châu Văn Thọ, Nguyên Trung Ngô Văn Bằng (1941-2023), Đặng Nguyên Phả (1932-2023), Huỳnh Trung Chánh, Đỗ Hữu Tài, Phan Tấn Hải, Thái Tú Hạp, Trần Kiêm Đoàn, Tuệ Nga, Lý Kiến Trúc, Lý Khôi Việt (1951-2008), Nguyễn Hữu Liêm, Tâm Diệu, Thiện Phúc, Lê Giang Trần, Nguyễn Lương Vỵ (1952-2021), Nguyễn Hiền Đức (1944-2022), Vĩnh Hảo, Hoàng Mai Đạt, Như Hùng, Huỳnh Kim Quang, Tô Đăng Khoa, Bạch Xuân Phẻ, Uyên Nguyên, Tâm Nhuận Phúc Doãn Hưng, v.v…

To promote and create a creative environment in the field of Buddhist literature, many writing and poetry competitions have been organized by temples or Buddhist organizations in California. For example, the Ananda Viet Buddhist Literature Awards were co-organized by the Torch of Wisdom Buddhist Association (Hội Phật Học Đuốc Tuệ), Lotus Library (Thư Viện Hoa Sen), and Ananda Viet Foundation in 2017; or the Applied Buddhist Writing Competition (Cuộc Thi Viết Văn

Ứng Dụng Phật Pháp) organized by Huong Sen Temple (Chùa Hương Sen) in 2022, with Venerable Thích Nữ Giới Hương as the Head of the Organizing Committee.

Regarding the Vietnamese Buddhist press in California, we currently have information based partly on the Collection of Overseas Vietnamese Buddhist Literature (Văn Học Phật Giáo Việt Nam Hải Ngoại Sưu Khảo)[1] and partly on newly collected information. We have arranged the list of newspapers and magazines alphabetically as follows:

- **Bông Sen**: Founded by Lý Khôi Việt since 1991 in California, USA. Discontinued.

- **Chánh Đạo**: Popular weekly newspaper founded by lay Buddhist Nguyên Trung since 1992 in San Jose, California, USA. Discontinued.

- **Chánh Pháp**: Newspaper published at the beginning of each month. The first issue was in early May 2009. The purpose of the newspaper is to propagate the Dharma, Buddhist news, and Buddhist literature. Editor-in-Chief: Most Venerable Thích Nguyên Trí and currently Most Venerable Thích Nguyên Siêu; Editor-in-Chief: Vĩnh Hảo. The newspaper is available online at www.chanhphap.net.

- **Chân Nguyên**: An irregular magazine. First issue in October 1985 in Los Angeles, California, USA. Founded

---

1 Văn Học Phật Giáo Việt Nam Hải Ngoại Sưu Khảo, California, USA, 2010 - https://www.vinhhao.info.

by Thanh Niên Tăng Ni. In May 1990, it changed direction to become a magazine focusing on the literature and philosophy of the East and the West. Publisher: Thích Viên Lý. Editor-in-Chief: Phạm Công Thiện. Managing Editor: Thích Minh Dung. Discontinued.

- **Chấn Hưng**: A magazine founded to promote the revival of the Vietnamese Buddhist organizations, published every two months, from 1985 to 1989. Founded by the Committee for Promoting the Revival of the Vietnamese Buddhist Organization (Uỷ ban Vận Động Chấn Hưng Tổ Chức Phật giáo Việt Nam). The representative was Bùi Ngọc Đường. The editorial office was located in Southern California, USA. Discontinued.

- **Đặc San Điều Ngự**: Published on holidays such as Tết, Buddha's Birthday, and Vu Lan, with Venerable Thích Viên Lý as Publisher and Editor-in-Chief, the editorial office is located at the Điều Ngự Pagoda, Westminster City, Southern California.

- **Đất Lành**: Magazine promoting Buddhism and Vietnamese cultural traditions. Published quarterly. The first issue was published in May-June 2000. Editorial Board: Dat Lanh Buddhist Fellowship. Editor-in-Chief: Tâm Nguyên Khương Nguyễn Tấn Thọ. The editorial office address was in Bellflower, California.

- **Đuốc Tuệ**: Magazine protecting and promoting Vietnamese culture and Vietnamese Buddhist culture, published at the beginning of each month. Publisher and Editor-in-Chief: Thích Giác Đức; Managing Editor: Viên Linh. Based in Chùa Việt Nam, Los Angeles, California. The first issue was released on the occasion of Buddha's Birthday, 2520 lunar year, 1976 CE. Discontinued. This is the earliest Vietnamese Buddhist newspaper to appear in California.

- **Giao Điểm**: Policy: Culture, religion, and current events. Quarterly magazine. The magazine made its debut in Southern California in late 1990. Publisher: Hồng Quang; Editor-in-chief: Tôn Thất Khoát (Editor-in-Chief of the first issue), Phan Tấn Hải (Editor-in-Chief from issue 2 to issue 8), Phan Mạnh Lương (Editor-in-Chief from issue 9)...[1] The paper version has been discontinued.

- **Hoa Sen**: Founded by Thích Pháp Châu, Quan Thế Âm Pagoda in California, USA. Discontinued.

- **Hương Đạo**: Publisher and Editor-in-Chief: Thích Tịnh Từ. The first issue was published in 1977 in San Francisco. Discontinued.

- **Khai Phóng**: Journal of Culture and National Politics, published from 1981 to 1984 in Southern California, USA. The editorial board and editors were Vietnamese Buddhist intellectuals overseas.

---

1 Hạ Long, "Những Bức Phá Của Một Chặng Đường Mười Năm," www.giaodiemonline.com.

- **Kim Sơn**: Editor-in-Chief: Thích Tịnh Từ. First issue in July 1984 in Morgan Hill, California. Discontinued.

- **Liên Hoa**: Monthly magazine published by the Editorial Board of the website: www.thuvienhoasen.org. The Editorial Board discontinued the paper version. Only the online version remains available.

- **Long Hoa**: Publisher: Thích Thiên Ân; Editor-in-Chief: Hồng Quang. First issue in May 1976 in Los Angeles. Discontinued.

- **Nguồn Sống**: Publisher and Editor-in-Chief: Thích Giác Lượng Tuệ Đàm Tử, published in California, USA, since 1986. Discontinued.

- **Pháp Duyên**: Editor-in-Chief: Thích Giác Lượng Tuệ Đàm Tử, published quarterly in California, USA, since 1984. Discontinued.

- **Phật Giáo Hải Ngoại**: Magazine published on major Buddhist holidays such as Spring, Buddha's Birthday, and Vu Lan, sponsored by GHPGVNTNHN-HK. The late Most Venerable Thích Đức Niệm was the publisher. Layman Quảng Thành was Editor-in-Chief. Layman Tâm Quang Vĩnh Hảo was Managing Editor. Published from 1994 to 2000 in California, USA.

- **Phật Giáo Thống Nhứt**: Magazine published on major Buddhist holidays, organized by the Unified Buddhist

Sangha of Vietnam in the United States (GHPGVNTN-HK) from 1988 to 1993.

- **Phật Giáo Việt Nam**: Monthly magazine. The first issue was published in May 1978. According to the Board of Directors, this is the voice of Vietnamese Buddhism overseas. Publisher: Thích Thiên Ân. Editor-in-Chief: Thích Mãn Giác. Editor-in-Chief: Châu Văn Thọ. The editorial office was located at the Chùa Việt Nam, Los Angeles, California. Discontinued.

- **Phật Học**: Magazine published according to major Buddhist festivals, sponsored by Most Venerable Thích Đức Niệm and Most Venerable Thích Trí Chơn. The magazine was published from 1985 to 1988 in California, USA. Discontinued.

- **Phật Học Viện Quốc Tế**: A journal published on the major Buddhist festivals, founded by Most Venerable Thích Đức Niệm. The journal was published from 1980 to 1984 in California, USA.

- **Phật Việt**: A journal of Buddhist studies published by the Overseas Buddhist Cultural Promotion Center (Trung Tâm Phát Huy Văn Hóa Phật giáo Hải Ngoại). The Editorial Board includes Publisher and Managing Editor Thích Nguyên Siêu, Editor-in-Chief (in Vietnam) Thích Tuệ Sỹ, and Editor-in-Chief (overseas) Phạm Công Thiện. The first issue was launched in February 2004. Headquarters located at Phật Đà Temple, San Diego, California, USA. After it had been suspended for years, Phật Việt was republished (Phật Việt Journal | Issue 1 | In Celebration of Vesak) and released during the Buddha's Birthday season in 2021. Advisory Committee: Most Venerable Thích Thắng Hoan and Most Venerable Thích Tuệ Sỹ; Publisher: Most Venerable Thích Như Điển; Editor-in-Chief: Most Venerable Thích Nguyên Siêu; Assistant Editors: Most Venerable Thích Từ Lực, Venerable Thích Nguyên Tạng, and Venerable Thích Hạnh Viên; Editorial Board: Tâm Huy (Huỳnh Kim Quang), Tâm Quang (Vĩnh Hảo), Thị Nghĩa (Trần Trung Đạo), and Nguyên Đạo (Văn Công Tuấn); Managing Editors: Tâm Thường Định and Nguyên Không; Technical Team: Nhuận Pháp and Uyên Nguyên. This publication was released in the United States in 2021. To date, five issues have been published.

- **Phương Trời Cao Rộng**: Buddhist literature magazine, published monthly by writer Vĩnh Hảo as Publisher and Editor-in-Chief. The first issue was printed in June 2006. Discontinued.

- **Sen Trắng**: The common voice of Anh Chị Em Gia Đình Phật Tử Việt Nam. Policy: "This is where we come together to reflect on Buddhist studies, preserve and promote traditions, as well as spread Lam love everywhere." Tâm Quảng Nhuận is the administrator. Currently only available online: https://sentrangusa.com.

- **Tập San Nghiên Cứu Phật Học**. Publisher and Editor: Thich Nhu Minh. The first issue was published in fall 2008 in California. Discontinued.

- **Thư Viện Phật Việt** (Phật Việt Library) serves as a repository and introduction to rare documents, various types of Buddhist sūtras, vinaya, and treatises, as well as scholarly research on Buddhism and the experiential integration and practice of the Dharma, especially for younger audiences. Initiated by Huynh Trưởng Tâm Thường Định, with Huynh Trưởng Nhuận Pháp and Quảng Pháp as collaborators, the library's Facebook page (facebook.com/thuvienphatviet) was launched on February 6, 2018, and the official website (www.thuvienphatviet.com) was introduced on February 12, 2021. The current editorial team consists of lay practitioners Tâm Thường Định, Nguyên Không, and Nguyên Túc. The technical team includes Lotus Media Group and Hoa Đàm Group.

- **Tổng Hội Cư Sĩ PGVN Tại Hoa Kỳ**: Journal founded by the General Association of Vietnamese Buddhist Laypeople (Tổng Hội Cư Sĩ Phật giáo Việt Nam) in the United States, published on major Buddhist holidays. Discontinued.

- **Trúc Lâm**: Magazine published on major Buddhist holidays. Publisher and Editor-in-Chief: Thích Quảng Thanh. Headquarters located at Bảo Quang Temple, Santa Ana, California. Discontinued.

- **Viên Thông**: Disseminating Buddhist teachings and Vietnamese culture. Viên Thông Temple, Bellflower, California, publishes every two months. Founded by Thích Thông Niệm. Discontinued.

The publication of books and newspapers within the Vietnamese Buddhist community in California has significantly declined. Most publications are now released online through major platforms such as Amazon. Following the passing of Most Venerable Thích Đức Niệm in 2003, the Buddhist Institute International Publishing House (NXB Phật Học Viện Quốc Tế) ceased operations. Previously, it was a prominent venue for publishing Buddhist literature and periodicals within the Vietnamese Buddhist community in the United States, particularly in California. Today, in addition to publications produced by pagodas, the Vietnamese Buddhist community in California is served by publishers such as Lotus Media, Thư Viện Hoa Sen, and Hội Đồng Hoằng Pháp, among others.

In terms of education, the temples of the Vietnamese Buddhist community in the United States serve as centers for teaching the public and young people about Buddhism and the Vietnamese language, in addition to their role in preserving and promoting the traditional culture of the Vietnamese people and Buddhism.

Teaching Vietnamese to young people within the Vietnamese community is the most effective way to disseminate Buddhism and the unique culture of the Vietnamese people to the younger generation. This is why temples and Vietnamese Buddhist

Youth Associations in Southern and Northern California have organized weekly Vietnamese language classes for the past 50 years. Among them is the Kim Quang Buddhist Youth group, which has held these classes for 47 years and currently runs 11 different Vietnamese language classes. There are many temples that operate schools to teach the Vietnamese language. Notable examples include the Hùng Vương Vietnamese Language Center[1] at Bảo Quang Pagoda in Santa Ana, the An Lạc Vietnamese Language School[2] at An Lạc Monastery in Ventura, California, and the An Lạc Vietnamese Language School[3] at An Lạc Pagoda in San Jose, California. Additionally, Đức Viên Vietnamese Language School at Đức Viên Pagoda in San Jose is the first institution in the area dedicated to teaching Vietnamese to young Vietnamese individuals. Today, this school has approximately 500 students and offers 12 classes, with 60 teachers instructing Vietnamese every Sunday.[4] Pháp Vương Academy, located at Pháp Vương Monastery in Escondido, San Diego, not only teaches Vietnamese to students but also assists them with homework and provides various

---

1 Nguyễn Ngân, "Trung Tâm Hùng Vương Bế Giảng Khóa Học Việt Ngữ," www.vietbao.com.

2 Read: https://www.venturabuddhistcenter.org/vi/truongvietnguanlac

3 Read: https://www.chuaanlacsj.org/school

4 Đức Viên Vietnamese Language School -- https://www.chuaducvien.com/gioi-thieu-vndv

other beneficial activities that promote both knowledge and physical fitness.[1]

Implementing education at a higher and more specialized level was Venerable Thích Thiên Ân, who established the International Buddhist Meditation Center (IBMC) (Trung Tâm Thiền Phật Giáo Quốc Tế) in 1970 in Los Angeles. In 1973, he also founded the University of Oriental Studies (Trường Đại Học Đông Phương), also located in Los Angeles. These Buddhist educational institutions provided instruction in Zen and Eastern philosophy to Americans, as there were no Vietnamese refugees settling in the United States at that time.

In the field of education and training for talented monks, Most Venerable Thích Đức Niệm founded the International Buddhist Academy (Phật Học Viện Quốc Tế) in North Hills, California, USA, in 1979. At this institution, Most Venerable Thích Đức Niệm trained numerous monks and nuns who are now actively contributing to the dissemination of the Dharma in the United States.

---

[1] Read: https://hoavouu.com/p50a49101/mot-ngay-thu-bay-voi-pva

V

ACTIVITIES OF THE VIETNAMESE BUDDHIST YOUTH ASSOCIATION

The Vietnamese Buddhist Youth Association (GĐPTVN) is a youth education organization rooted in Buddhist principles, founded by layman Tâm Minh Lê Đình Thám in the 1940s in Vietnam. After more than 80 years of existence and development, GĐPTVN is now present worldwide, following the journey of Vietnamese refugees since April 30, 1975.

According to Leader Tâm Hòa Ngô Mạnh Thu (1938-2004),[1] the GĐPTVN officially emerged in the United States during the summer of 1976 with the establishment of two spontaneous

---

1 Tâm Hòa Ngô Mạnh Thu [2000], "Gia Đình Phật Tử Việt Nam Tại Hoa Kỳ," https://sentrangusa.com.

GĐPT units. The first was GĐPT Giác Hoàng, founded by leaders Phúc Thiện Ngũ Duy Thành and Thiện Thanh Đặng Đình Khiết at Giác Hoàng Pagoda in Washington, D.C. The second was GĐPT Cựu Kim Sơn, founded by Leader Thuyền Vị Nguyễn Thị Ngà at Từ Quang Pagoda in San Francisco. According to Leader Tâm Hòa Ngô Mạnh Thu, by the summer of 2000, more than 60 GĐPTVN units were operating weekly in the United States. Each unit had an average of 100 members, with some units boasting as many as 300 or 400 members. Consequently, the total number of GĐPTVN members in the United States at that time (2000) ranged from 6,000 to 6,500. In 1983, the first GĐPTVN Congress was held at Pháp Quang Pagoda in Texas to unify the activities of GĐPTVN across the United States, according to Thu.

According to Leader Nguyên Túc Nguyễn Sung,[1] there has been a significant decline in the number of leaders and members of the Vietnamese Buddhist Youth Association in the United States over the past 22 years, from 1994 to 2016. Specifically, in 1994, there were nearly 80 units in the United States with approximately 6,500 leaders and members. However, by 2016, this number had decreased to only 41 units and about 3,113 leaders and members of the Vietnamese Buddhist Youth Association. Additionally, Nguyên Túc noted that in 2016, there were at least four national-level Guidance Boards (Ban

---

1 Nguyên Túc Nguyễn Sung, "GĐPTVN Tại Hoa Kỳ Nên Có Một Định Hướng Và Hành Hoạt Như Thế Nào…," www.hoangphap.org.

Hướng Dẫn: BHD) in the United States, with the average age of the BHD leadership being 50 years.

Regarding the notable activities of the GĐPTVN organization, according to Leader Tâm Hòa Ngô Mạnh Thu, as of 2000, there were more than ten Vietnamese Language Centers affiliated with GĐPTVN in Southern California dedicated to teaching Vietnamese to members. Additionally, lion dance teams provided entertainment during Buddhist holidays and festivals within the Vietnamese refugee community, such as Tết and the Mid-Autumn Festival. The dance troupe of GĐPT Long Hoa at the Việt Nam Temple in Los Angeles led performances of ethnic dance. Meanwhile, GĐPT Chánh Pháp at Dược Sư Temple in Garden Grove composed and performed reformed plays, including Phật Thành Đạo, Quan Âm Diệu Thiện, and Lưu Bình Dương Lễ, during the 1990s, a time when the Vietnamese refugee community had not yet revived this musical form. GĐPTVN also actively participated in community activities alongside other youth groups.

In fact, nearly all GĐPT units in the United States, particularly in California, offer programs to teach Vietnamese, organize lion dances, and engage in community service activities. Additionally, as part of the monthly activities of the GĐPT Youth Branch, there are programs that involve visiting the elderly in nursing homes and providing meals to the homeless in parks. These initiatives embody the spirit of "bringing religion into life" to live the compassion of Buddhists and help children gain a deeper understanding of Buddhist teachings through their service work.

Lễ cắt băng khai mạc Đại Lễ Phật Đản PL. 2568 (DL. 2024) tại Garden Grove Park, thành phố Garden Grove.
Ảnh: vietbao.com

VI

REVIEWING FIFTY YEARS TO MOVE FORWARD...

With empty hands, when first setting foot in the United States exactly 50 years ago, the Vietnamese Buddhist community—including monks, nuns, and Buddhists from all walks of life—has established a strong foundation for Vietnamese Buddhism in this promised land. Reflecting on the achievements of Vietnamese Buddhism over the past half-century in the United States, we can draw valuable lessons from the past to plan for the future.

1/ Preserving and Developing Buddhist Faith: The United States has long been profoundly influenced by the beliefs and doctrines of theistic religions, particularly Christianity, which includes both Protestant and Roman Catholic sects. The sacred responsibility of Buddhist monks, nuns, and lay intellectuals is to safeguard the belief in the Three Jewels for the Vietnamese refugee community in a society where churches and crosses are ubiquitous. Although the mission of the Vietnamese Buddhist community in California has not been entirely successful, it has at least managed to sustain and expand the Buddhist faith within the Vietnamese refugee community.

This was made possible by the extraordinary efforts of monks, nuns, and Buddhists from all walks of life who built temples and established dharma centers wherever Vietnamese refugees settled. In Little Saigon, the heart of the Vietnamese refugee community fleeing Communism, temples are ubiquitous. Elderly men and women need only to walk to the bus stop in front of their homes to reach a temple any day of the week. Therefore, rather than complaining about the proliferation of temples, it is important to recognize that their presence has enabled the Vietnamese refugee community to preserve and cultivate Vietnamese Buddhism within the context of Western society.

However, if each monk and nun builds a temple and lives according to their own practices, it will inevitably result in a fragmented environment, with each individual pursuing their own path. This lack of coordination in common Buddhist activities will weaken the local Buddhist community. If this fragmentation persists for an extended period, it may lead to undesirable consequences within the Sangha and the broader Buddhist community, including division, polarization, and a loss of the spirit of purity and harmony.

To overcome the aforementioned disadvantageous situation, we propose two potential solutions. I would like to take a moment to emphasize that these methods are not novel; they have been implemented both nationwide in the United States and locally. However, they have yet to fully harness the inherent strengths of the Vietnamese Buddhist community.

a/ Following the principles established by the Buddha, we will organize monthly Uposatha gatherings and an annual communal retreat. This approach is the most fundamental method for fostering and promoting the spirit of purity and harmony within the Sangha, a practice that has endured since the time of the Buddha. Uposatha and retreats offer numerous benefits. For example, this gathering presents an opportunity for the Sangha to come together in a spirit of harmony, fostering mutual encouragement and support on the path of cultivation and practice. It also allows the Sangha to cultivate understanding and compassion for one another, leading to meaningful discussions and agreements on essential Buddhist activities within the community. Ultimately, this is a valuable opportunity for the Sangha and the local Vietnamese Buddhist community to prevent division, polarization, and conflict. At first, it may be difficult to gather all local temple monks and nuns. However, gradually, the genuine influence of the spirit of purity and harmony within the Sangha will attract those monks and nuns who have not yet participated to join.

b/ With the help of the Uposatha organization and the retreat mentioned above, the spirit of purity and harmony within the Sangha will lead monks, nuns, and Buddhists in a certain area—

maybe within a city or across several cities in a district—to work together to plan Buddhist study courses and ceremonies for holidays like Buddha's Birthday and the Vu Lan Festival. Conducting these joint ceremonies with the participation of all public sectors is not only an effective means of fostering solidarity within the Vietnamese refugee community but also serves to introduce the unique aspects of Vietnamese cultural traditions and Buddhism to Americanss of all ethnicities.

2/ Preserving and promoting culture: Pagodas serve not only as places for practicing Buddhism but also as vital centers for preserving and promoting the unique culture of the Vietnamese people across various regions. For instance, pagodas play a crucial role in maintaining significant Vietnamese festivals, such as the Lunar New Year, the Full Moon of the First Lunar Month, the Full Moon of the Seventh Lunar Month, and the Vu Lan Báo Hiếu Festival. Without pagodas, these cherished traditional celebrations would likely fade away. Additionally, pagodas provide a sense of warmth and community for Vietnamese individuals living abroad, helping them feel connected to their compatriots and fellow believers and thus alleviating feelings of loneliness and dislocation in a foreign Western culture. Moreover, when a pagoda is established in a city or small town in the United States, it serves as a cultural bridge, introducing Vietnamese Buddhism to Americans through its architecture, allowing them to become familiar with and gradually influenced by this rich tradition.

The imagery of temples and public festivals contributes only to a limited extent to the preservation of the unique culture of

Vietnamese Buddhism in foreign lands. An equally important factor in honoring and maintaining Vietnamese Buddhist culture within American society is the need to integrate it into the fabric of Western culture, particularly American culture. To achieve this, we require a team of monks, nuns, and laypeople who are proficient in English to disseminate the Dharma and publish books for the American market. It is essential to recognize that the significant impact of Zen Master Nhất Hạnh among intellectuals and Americans largely stems from his English-language works on Buddhism, which have consistently ranked among bestsellers. Additionally, Zen Master Nhất Hạnh's influence on Western society is evident in the widespread adoption of mindfulness practices, which are utilized globally across various aspects of life to alleviate stress and promote peaceful living.

If we want to engage Americans with Vietnamese Buddhist culture, we must offer unique products that introduce them to this rich tradition. Americans tend to be pragmatic; therefore, they often focus on tangible results when they engage in any activity. Mindfulness meditation, for instance, provides immediate benefits that are appealing to Americans, such as stress reduction, alleviation of suffering, and enhanced happiness. However, what distinctive cultural products does Vietnamese Buddhism possess that could capture the interest of Americans? This is a question that requires serious consideration, research, and thoughtful responses from Vietnamese Buddhist monks, nuns, and lay practitioners. Here, we would like to present our own humble reflections on this matter.

The most popular practice in Vietnamese Buddhism is the chanting of sutras. Almost every temple holds an evening session dedicated to chanting the Pure Land Sutra, followed by late-night sessions for the Shurangama Sutra and the Ten Mantras, as well as periods for chanting sutras for peace and prayers for the deceased. This practice can be considered one of the cultural hallmarks of Vietnamese Buddhism. However, after half a century, why do Americans still seem uninterested in this method of chanting, despite having participated in such sessions multiple times?

The answer is relatively straightforward: Americans have not observed the immediate effects of chanting sutras. This leads to the next question: do chanting sutras provide tangible benefits? The answer is yes.

Chanting sutras incorporates mindfulness meditation. If mindfulness meditation yields observable results, then chanting sutras will naturally provide tangible benefits. Furthermore, chanting sutras encompasses not only mindfulness meditation but also the practices of precepts, concentration, and wisdom. The mind thinks about the meaning of the sutras while the body stays still and the mouth chants them. This stops the three karmas of body, speech, and mind, which is what Precepts are all about. While chanting, the mind concentrates on the sutras, preventing distracting thoughts from arising—this exemplifies concentration. Additionally, as one chants, the mind contemplates the meaning of the sutras, delving into the Buddha's teachings to expand both understanding and insight—this represents wisdom.

The issue is that the masters and ancestors of Vietnamese Buddhism have not sufficiently emphasized the benefits of chanting sutras, nor have they provided detailed instructions on how to perform this practice. During the chanting ritual, it is essential to focus on the body's sitting posture, the technique of inhaling and exhaling, and the correct pronunciation of words to purify the mind. Additionally, attention should be given to the proper striking of bells, wooden fish, gongs, and drums to produce harmonious sounds that facilitate mental calmness for the listener. Furthermore, it is important to contemplate the sutras in order to grasp the Buddha's intentions. When these methods are executed correctly, a half-hour to an hour of chanting can yield immediate and significant effects on the practitioner.

Another consideration is that each chanting session in the Vietnamese Zen tradition lasts for an hour or more. For Americans and younger individuals, this duration may pose a challenge to fully engaging in a chanting session with a peaceful mindset. Therefore, it is essential for venerable monks and nuns to adjust the length of the chanting sessions to ensure that Americans and young people feel comfortable participating.

At this juncture, Vietnamese Buddhism's responsibility is to explain and guide both Vietnamese Buddhists and Americans on how to understand and practice the proper method of chanting sutras, enabling them to experience the immediate benefits after each session. This is one of the many ways to introduce the unique culture of Vietnamese Buddhism to an American audience.

3/ Teaching Vietnamese: Each ethnic group has its own language, which serves as a vital medium for expressing its identity through speech and writing. Language is an effective tool for promoting and preserving a nation's culture. The loss of a language signifies the erosion of the culture itself. Therefore, preserving the Vietnamese language is crucial for all Vietnamese refugees living in a country that is not their homeland.

For the first generation of refugees who settled in the United States, Vietnamese was their mother tongue, so they did not need to learn it. However, for the younger generations who came to the U.S. as children and those who were born and raised there, learning Vietnamese is essential for preserving and promoting the traditional culture of the Vietnamese people and Buddhism. Therefore, alongside training a team fluent in English to propagate Buddhism in the U.S., the Vietnamese Buddhist community must prioritize teaching Vietnamese to the younger generation.

This is not a new phenomenon. Over the past half-century, the Vietnamese refugee community, particularly the Vietnamese Buddhist community in the United States, has made tireless efforts to teach the Vietnamese language to the next generation. While this work has yielded encouraging results, there remains much to be accomplished and further efforts to be undertaken. We would like to highlight a few key points as follows.

a/ Don't be concerned that your child will struggle with English: Vietnamese parents often worry that speaking Vietnamese to their children too frequently will hinder their

English proficiency. In reality, children who speak Vietnamese consistently at home perform just as well in English as their peers at school. Research indicates that bilingual children tend to be more intelligent and excel academically. According to the document "Young Children Learning Multiple Languages: Parent FAQs,"[1] over 20% of children in the United States speak a language other than English at home. The document also states that bilingual children maintain stronger connections to their family, culture, and community. Additionally, children who are proficient in multiple languages enhance their communication skills and demonstrate improved abilities in reading and mathematics.

b/ The role of parents and family: If you want your children to excel in Vietnamese, parents and family members must play a crucial role by consistently speaking and teaching them the language. To achieve this effectively, it is essential to start from the moment your children are born and begin learning to speak. This is an ideal time to help your children perceive speaking and listening to Vietnamese as a natural part of their environment. Furthermore, parents and family members should actively create an immersive environment that encourages speaking, listening, reading, and writing in Vietnamese. For instance, from a young age, cultivate the habit of not only having your children listen to and speak Vietnamese but also engage in reading and writing the language. How can you do this? One effective method is to

---

1 "Young Children Learning Multiple Languages: Parent FAQs," https://www.healthychildren.org.

read children's fairy tales to them daily. Teach your children how to read Vietnamese and motivate them to explore fairy tales on their own. If necessary, consider offering small rewards, such as money, when they complete a story to encourage their reading enthusiasm. Once your children have mastered reading and writing in Vietnamese, you can ask them to type a short book, such as a Buddhist storybook, and offer them compensation for their efforts.

In summary, families can serve as the primary and foundational Vietnamese language schools for their children before they attend formal education. In California, numerous elementary and secondary schools located in areas with significant Vietnamese populations offer Vietnamese as an optional second language program, providing Vietnamese students with the opportunity to learn the language formally. Furthermore, for many years, the Vietnamese refugee community in California and several other states has provided free Vietnamese language classes for children.

4/ Reading and writing: Reading and writing are essential for maintaining and developing culture, particularly in the literary field. Without reading, there is little material or motivation to write. However, American journalist Natalia Mesa highlighted a concerning trend regarding reading habits in the United States in early 2025. She noted that, due to the influence of the digital age and the overwhelming amount of information available,

Americans today read fewer books than they did 30 years ago.[1] On average, an American spends only about 26 minutes per day reading a book, while they spend up to 3 hours per day online or watching television. Additionally, it is noteworthy that they spend only 55 seconds reading an article.

With a growing tendency to read little and quickly, readers may struggle to engage deeply with the content of articles, which could ultimately stifle their capacity for critical thinking and creativity. This shift is likely to bring significant changes to the realms of culture, ideology, and literature. For instance, a decline in readership will lead to a decrease in the number of writers. Furthermore, when people prefer to read quickly, they may only be inclined to produce brief pieces, such as short emails or text messages. Consequently, longer narratives, novels, and essays may attract fewer readers. As the readership dwindles, writers may gradually lose their inspiration to create. Ultimately, this trend poses a risk of stagnation in literature, including both Vietnamese literature and Vietnamese Buddhist literature.

Therefore, venerable monks, nuns, and Buddhist scholars, particularly the abbots of temples, must pay special attention to fostering an environment that encourages young people to read and write. Establishing libraries within temples, promoting reading initiatives, organizing book discussions

---

1 Natalia Mesa, "Is there a 'right' way to read?" www.nationalgeographic.com.

and introduction sessions, and hosting writing and poetry competitions are all feasible strategies that can be implemented in a temple setting. Additionally, to address the issue of limited reading time, we can create engaging video clips featuring vivid imagery that includes Buddhist teachings or short Buddhist stories lasting about five to seven minutes. These clips can be shared online, allowing individuals to watch them quickly without the need to read.

5/ Nurturing the Vietnamese Buddhist Youth Association: The future of a nation or any organization relies heavily on its youth, and Buddhism is no exception. The future of Vietnamese Buddhism in the United States, particularly in California, rests in the hands of the younger generation, represented by the Vietnamese Buddhist Youth Association. This official organization is dedicated to educating young individuals to embrace Buddhism with a strong faith in the Three Jewels. Its mission is to cultivate committed practitioners who will serve as foundational pillars in promoting Buddhism within families and throughout society.

It is important to recognize that the Vietnamese Buddhist Youth Association faces significant challenges in maintaining and developing its presence within the Western world, characterized by a distinct culture and language. Educating the youth of the Vietnamese Buddhist Youth Association in the United States is a formidable task. The challenges are evident: many parents and GĐPT leaders work tirelessly throughout the week to support their families, which can limit their involvement. Additionally, language barriers, the demands of school, and distractions from entertainment and peer groups often prevent children from participating in the Association's activities.

When considering the youth, particularly the GĐPTVN, as the key to unlocking the future of Vietnamese Buddhism, it is essential for venerable monks, nuns, and Buddhist laypeople from all walks of life to wholeheartedly support and create favorable conditions for the establishment and growth of GĐPTVN units in their communities. To nurture the youth, especially adolescents, we must understand their psychological development in order to provide effective support rather than inadvertently creating obstacles. For instance, children often engage in joking, mischief, and playful behavior; therefore, adults should exercise tolerance and patience, seeking ways to educate them through compassion and love rather than resorting to punishment or exclusion.

From this, we can conclude that in order to effectively teach and guide young members, GĐPT leaders must be thoroughly trained or, at the very least, meet certain minimum requirements regarding their knowledge of doctrine, skills, psychology, and ethics. This is not only essential for fulfilling the responsibility of educating young people but also a crucial factor in establishing the prestige of the GĐPTVN organization, which is vital for attracting and increasing the number of young individuals participating in its activities. To achieve this, GĐPTVN needs to focus more on and enhance its efforts to improve the quality and effectiveness of leader training at all levels through comprehensive training programs that build from the ground up.

An equally important factor in the success of GĐPTVN's educational efforts for the youth in the United States is the involvement of parents. Activities within the GĐPT team occur for only a few hours each weekend at the temple, while the majority of the time, children are at home, spending the day with their parents. If parents wholeheartedly support GĐPT in the education of their children, the outcomes will be significantly improved.

So what can parents do to help? First of all, parents should set an example for their children in fulfilling the duties of a Buddhist by keeping the five precepts they have received: no killing, no stealing, no sexual misconduct, no lying, and no drinking alcohol. Second, parents should regularly ask their children about their studies and activities in GĐPT. Second, parents should never forget to take their children to the temple every weekend for GĐPT activities. Finally, parents should regularly communicate with GĐPT leaders responsible for guiding their children to learn about their children's activities and, at the same time, consult on ways to help their children improve their learning ability and personality.

VII

CONCLUSION

After half a century, reflecting on Vietnamese Buddhism in the state of California, we cannot help but feel joy and encouragement from the remarkable achievements that the Venerable monks, nuns, and Buddhists from all walks of life have tirelessly worked to realize during the early stages of their exile in a foreign land. Today, in areas where Vietnamese refugee communities reside throughout California, we can observe the presence of solemn pagodas, meditation centers, monasteries, and hermitages. These Buddhist monasteries serve as strongholds for upholding the Dharma, providing refuge for fellow Vietnamese who believe in the Three Jewels while living in exile, and preserving and promoting the traditional culture of the Vietnamese people and Buddhism.

All of this is the result of the hard work of the Venerable Monks, Nuns, and first-generation Buddhist refugees in this Golden State. They have successfully established a solid foundation for Vietnamese Buddhism to thrive and develop in the long term.

Looking to the future, we identify three key initiatives for the continued development of Vietnamese Buddhism: First, we must persist in our efforts to preserve the Dharma within the Vietnamese community, as we have done thus far. Second, we should focus on disseminating the Dharma to the younger generation of the Vietnamese community in the United States, particularly in California. Third, we aim to engage with s to promote the Dharma.

For the first objective, we must recognize that the Vietnamese community residing in California is the essential driving force that Vietnamese Buddhism must focus on to uphold the Dharma. Consequently, we should continue our Buddhist activities, which include fostering faith, guiding the study of Buddhism, preserving traditional values of ethics, culture, and beliefs, promoting democratic freedom, and contributing to the development of a robust Vietnamese Buddhist community.

For the second objective, we must prioritize educating Vietnamese youth in both Vietnamese and English using modern scientific methods. This approach will cater to the needs and interests of young people, enabling our younger generation to comprehend and preserve the origins and cultural traditions of the Vietnamese people and Buddhism.

For the third purpose, we must recognize that the efforts to propagate the Dharma of Vietnamese Buddhism over the past half-century have not effectively targeted American communities. This is despite the commendable initiatives undertaken by some Vietnamese monks and nuns at various temples, particularly the remarkable contributions of Zen Master Nhất Hạnh, who has drawn a significant number of Americans and Western intellectuals to Buddhism. However, for Vietnamese Buddhism to thrive in American society over the long term, we need to develop methods of disseminating the Dharma that resonate with the values and lifestyles of Americans. To achieve this, we require a well-researched plan and a team of English-speaking individuals to serve as messengers of the Tathagata.

We sincerely pray for the enduring presence of Vietnamese Buddhism in the United States, particularly in the state of California.

www.ingramcontent.com/pod-product-compliance
Lightning Source LLC
LaVergne TN
LVHW022151071026
849580LV00015B/2335
* 9 7 9 8 3 4 9 2 0 2 8 7 2 *